शेळीपालन

एक ‘एटीएम’

संगीता भापकर

सकाळ प्रकाशन

सकाळ प्रकाशन

Shelipalan : Ek ATM

शेळीपालन : एक एटीएम

लेखिका : संगीता भापकर

प्रथम आवृत्ती : नोव्हेंबर २०१४

आठवी आवृत्ती : जानेवारी २०२१

अक्षरजुळणी : अश्विनी महाजन

मुखपृष्ठ : आर्ट ॲडव्हर्टायझिंग, पुणे

प्रकाशक : सकाळ मीडिया प्रा. लि.
५९५, बुधवार पेठ, पुणे ४११ ००२

ISBN : 978-93-84316-29-7

संपर्क : ०२०-२४४० ५६७८ / ८८८८८ ४९०५०
sakalprakashan@esakal.com

प्रस्तावना

भारतीय अर्थव्यवस्थेत शेतीबरोबर शेतीपूरक व्यवसायांना अनन्यसाधारण महत्त्व आहे. या व्यवसायांना चालना देण्यासाठी सरकारकडून विविध योजना राबवल्या जातात. शेळीपालन हा शेतीपूरक व्यवसाय आर्थिक उन्नतीचा मार्ग देणारा व्यवसाय आहे. मात्र, यात आधुनिक व सुधारित तंत्रज्ञान वापरणाऱ्यांचे प्रमाण कमी आहे. या पार्श्वभूमीवर शेळीपालकांसाठी हे पुस्तक 'शेळीपालन : एक एटीएम' महत्त्वाचे ठरेल. 'सकाळ'च्या मोरगावच्या बातमीदार सौ. संगीता भापकर यांनी पुस्तकातील माहिती अतिशय अभ्यासपूर्वक संकलित करून परिपूर्ण माहितीचा पुस्तकात समावेश केला आहे.

ग्रामीण भागातील महिला असून सलग दहा वर्षे पत्रकारिता क्षेत्रात उत्कृष्टपणे काम करताना संगीता भापकरांनी शेती व शेतीपूरक व्यवसायविषयक केलेले लिखाण अतिशय स्तुत्य आहे. एका यशस्वी पुरुषाच्या मागे स्त्रीचा हात असतो; पण एका यशस्वी स्त्रीच्या मागेही पुरुषाचा हात असतो हे यापूर्वी ऐकले होते. मात्र, भापकर पती–पत्नीच्या बाबतीत जिवंत उदाहरण जवळून पाहायला मिळाले. ग्रामीण भागात शेतकरी कुटुंबातील संगीताताईंचे पती श्री. हनुमंत भापकर यांनी पुरुषी अहंकाराला पूर्णपणे फाटा देऊन पत्नीस लग्नानंतर उच्चशिक्षण घेण्यासाठी प्रोत्साहन दिले. त्यांना वैचारिक व सर्वांगीण स्वातंत्र्य दिले त्यामुळेच त्या पत्रकारितेची पदवी घेऊ शकल्या. आज त्या संसार, कर्तव्य, जबाबदाऱ्या सांभाळून पत्रकारिता क्षेत्रात सामाजिक जाणिवेतून उत्कृष्टपणे काम करत आहेत. त्यांचे पहिले पुस्तक 'वैयक्तिक लाभाच्या शासकीय योजना' लोकांसाठी शासकीय योजनांची माहिती व लाभ घेण्यासाठी अतिशय उपयुक्त ठरले आहे.

ग्रामीण भागाशी नाळ जोडलेली असल्यामुळे शेळीपालकांच्या समस्या, शेळ्यांची निवड करताना चांगल्या शेळ्यांच्या प्रजातीविषयक माहितीचा अभाव, व्यवसायाची सद्य:स्थिती, प्रशिक्षणाचा अभाव, विक्री व्यवस्थेतील अडचणी, मार्केटिंगसाठी व्यावसायिकांची पिछाडी, व्यापारी व दलालांची साखळी या गोष्टी भापकर यांनी जवळून पाहिल्या आहेत. लोकसंख्येच्या तुलनेत राज्यातील मांसाची गरज पाहिली तर उत्पादन अतिशय कमी आहे, त्यामुळे नियोजनबद्ध

पद्धतीने हा व्यवसाय केल्यास यामध्ये आर्थिक उत्पन्न मिळवण्याच्या संधी आहेत. हा व्यवसाय करणाऱ्यांना आधुनिक पद्धतीची परिपूर्ण माहिती मिळाली तर व्यवसायातून त्यांचे उत्पन्न नक्कीच वाढून त्यांचा विकास होऊ शकतो, याची जाणीव त्यांना झाली. या विचारातून हे पुस्तक आकाराला आले.

भापकर यांनी दूरदृष्टी ठेवून सर्वसामान्यांना समजेल अशा साध्या सोप्या बोलीभाषेत पुस्तकाचे लेखन केले आहे. त्यात कोठेही कृत्रिमतेचा, बोजड वाक्यरचनेचा स्पर्श दिसत नाही. बोलीभाषेत पुस्तकाचे लेखन व अचूक मांडणी करण्याचे त्यांचे कसब स्तुत्य आहे. सुरुवातीला माझ्यातील शास्त्रज्ञाला पुस्तकातील भाषा रूचली नव्हती. मात्र, मी शेळीपालक या भूमिकेतून पुस्तकाचे वाचन केल्यानंतर माझा गैरसमज तात्काळ दूर झाला. या पुस्तकात विशद केलेले विषय, परिपूर्ण माहिती, आवश्यक तेथे छायाचित्रे यामुळे शेळीपालकांसाठी तसेच या व्यवसायात येणाऱ्या नवागतांना हे पुस्तक मार्गदर्शक ठरेल, याची खात्री आहे. पुस्तक लिहिताना संगीता भापकर यांनी स्वत: शेळीवर काम करणाऱ्या विविध संस्था, विद्यापीठ, यशस्वी शेळीपालक, पशुसंवर्धन विभाग, शेळी मेंढी विकास महामंडळ यांना प्रत्यक्ष भेटी दिल्या. स्वत: विद्यार्थी बनून शेळीपालकांना काय हवे आहे याचे पृथक्करण केले आणि त्यातूनच शेळीपालकांसाठी परिपूर्ण माहितीचे हे पुस्तक आकाराला आले. यासाठी त्यांचे प्रामाणिक प्रयत्न व अपार कष्ट वाखाणण्याजोगे आहेत. विशेष नमूद करण्याची बाब म्हणजे सरळ, साध्या, सोप्या भाषेमुळे पुस्तक कोठेच कंटाळवाणे वाटत नाही. शेळीपालक व हा व्यवसाय करणाऱ्या नवागतांसाठी हे पुस्तक मार्गदर्शक दीपस्तंभाप्रमाणे ठरेल असा विश्वास आहे. या माहितीपूर्ण पुस्तकासाठी माझ्या मन:पूर्वक शुभेच्छा.

डॉ. संजय मंडकमाले
वरिष्ठ शास्त्रज्ञ, शेळी संशोधन प्रकल्प
महात्मा फुले कृषी विद्यापीठ, राहुरी

मनोगत

भारत हा कृषिप्रधान देश असून शेतीपूरक व्यवसाय म्हणून शेळी व मेंढीपालनास विशेष महत्त्व आले आहे. मर्यादित स्वरूपातील या व्यवसायाकडे अलीकडे व्यावसायिक दृष्टिकोनातून पाहिले जाते. कमी खर्च व तुलनेने कमी कष्ट यातून जास्त उत्पन्न मिळत असल्याने या व्यवसायाकडे अल्पभूधारक, भूमिहीन शेतकरी व महिलांचा कल अधिक आहे. चोख नियोजन व आधुनिक तंत्रज्ञानास मेहनतीची जोड दिल्यास शेळीपालनातून चांगला फायदा होऊ शकतो. राज्यात मांसाची मागणी व उत्पादकता यात मोठी तफावत आहे. वाढत्या लोकसंख्येमुळे मांसाची मागणी दिवसेंदिवस वाढत आहे. व्यवसायासाठी आवश्यक असलेले आधुनिक तंत्रज्ञान, सुधारित पद्धतीने शेळ्या व मेंढ्यांचे व्यवस्थापन, पैदास, रोगनियंत्रण, आहार व्यवस्थापन, संगोपनपद्धती, शेळ्यांच्या विविध प्रजाती, शेळ्यांचे रोग व उपाययोजना, लसीकरण, गोठ्यांच्या पद्धती, विविध प्रकारचे पालाखाद्य, सरकारी अनुदानित योजना, व्यवसायाचे प्रशिक्षण देणाऱ्या संस्था, शेळ्यांची निवड व विक्री व्यवस्थापन, शेळीच्या दुधाचे महत्त्व, विमा योजना, उपयुक्त लेंडीखत अशी एकत्रित माहिती व्यावसायिकांना मिळावी हा पुस्तक लिहिण्यामागचा मुख्य उद्देश आहे. ग्रामीण भागात शेळी व मेंढीपालन व्यवसाय धनगर समाज मोठ्या प्रमाणात करतो. महिलावर्ग, सुशिक्षित बेरोजगारांना या व्यवसायातून कमाईची चांगली संधी आहे.

दुर्दैवाने आजही हा व्यवसाय अनेक ठिकाणी पारंपरिक पद्धतीने केला जातो. आधुनिक तंत्रज्ञान वापरून शेळीपालन केल्यास शाश्वत उत्पन्न मिळू शकते. तसे व्यावसायिकांत आजही फारसे प्रबोधन झालेले दिसत नाही. शेळीच्या उत्पादनक्षमतेत वाढ झाल्यास या व्यवसायाची उपयुक्तता अनेक पटींनी वाढण्यास मदत होईल.

गेली दहा वर्षे दैनिक 'सकाळ'मध्ये ग्रामीण भागात काम करताना हा व्यवसाय करणाऱ्यांचे प्रबोधन होईल असे दिशादर्शक लिखाण केले आहे. शेळ्यांचे रोग, औषधोपचार, प्रजननशास्त्र अशा तांत्रिक बाबींची परिपूर्ण माहिती पुस्तकात देण्यासाठी बारामती पशुसंवर्धन विभागाचे डॉ. अभिजित नलगे, डॉ. एन. एस. सोनवणे, महात्मा फुले कृषी विद्यापीठाच्या शेळी प्रकल्पाचे प्रमुख डॉ. संजय मंडकमाले, महाराष्ट्र शेळी व मेंढी संशोधन विकास संस्थेच्या डॉ. चंदाताई

निंबकर, बारामती कृषी विज्ञान केंद्राच्या पशुसंवर्धन विभागाचे विशेषविषयतज्ज्ञ डॉ. रतन जाधव, बारामती ॲग्रीकल्चरल डेव्हलपमेंट ट्रस्टच्या पशुसंवर्धन महाविद्यालयाचे प्रभारी प्राचार्य डॉ. धनंजय भोईटे या तज्ज्ञांनी हातभार लावला आहे. प्रत्यक्ष, अप्रत्यक्ष हे पुस्तक लिहिण्यासाठी हातभार लावलेले सर्व अधिकारी व पुस्तक लिहिण्यासाठी मला प्रोत्साहन देणारे 'सकाळ'चे सहयोगी संपादक रमेश डोईफोडे, माझे पती हनुमंत भापकर, प्रकाशन विभागाचे मुख्य व्यवस्थापक आशुतोष रामगीर, संपादकीय व्यवस्थापक दीपाली चौधरी, 'सकाळ'मधील अनेक सहकारी यांचे मन:पूर्वक आभार.

शेळीपालन व्यवसाय आर्थिक गरज भागवण्यासाठी एक 'एटीएम' आहे. त्यामुळे नव्याने व्यवसाय सुरू करणाऱ्यांसाठी हे पुस्तक नक्कीच दिशादर्शक ठरेल असा दृढ विश्वास आहे.

– संगीता भापकर

अनुक्रमणिका

रोग व उपाययोजना

शेळीपालनासाठी विविध योजना

शेळी म्हणजे गरिबांची गाय

शेळीपालनाचे अर्थशास्त्र

महात्मा गांधीजींनी म्हटले आहे, 'शेळी म्हणजे गरिबांची गाय'. नियोजनबद्ध पद्धतीला आधुनिकतेची जोड देऊन शेळीपालन व्यवसाय केल्यास कमी उत्पादनखर्चात अधिक उत्पन्न निश्चित मिळू शकते. अलीकडे व्यापारी दृष्टिकोनातून शेळीपालन करण्याचे प्रमाण वाढले आहे. पूर्वी प्रामुख्याने शेतमजूर आणि भटक्या जमातींचे लोक कुटुंबाची दुधाची गरज भागवण्यासाठी दोन-तीन शेळ्या पाळत असत. या शेळ्यांपासून वर्षाकाठी मिळणारे एक-दोन बोकड विकून सणावाराच्या खर्चाची किंवा घरातील लहान-मोठ्या आर्थिक अडचणी मार्गी लावण्यासाठी पैशांची तरतूद केली जात असे. मात्र, शेळीपालनाकडे पूरक व्यवसायाच्या दृष्टिकोनातून तेव्हा पाहिले जात नव्हते. आता ही परिस्थिती दिवसेंदिवस बदलत आहे. ग्रामीण भागात अनेक जण एक जोडधंदा म्हणून शेळीपालनाकडे वळले आहेत. केंद्र व राज्य सरकारही या व्यवसायाच्या माध्यमातून लोकांचे राहणीमान उंचावले पाहिजे व आर्थिक उत्पन्न वाढले पाहिजे यासाठी अनुदानतत्त्वावर विविध योजना राबवत आहे. यामुळे ग्रामीण भागात गेल्या काही वर्षांत सुधारित पद्धतीने गायी-म्हशींचा गोठा उभारणे, कुक्कुटपालन यांत उतरलेल्यांची संख्या अर्थातच जास्त आहे; परंतु या दोन्ही व्यवसायांत बऱ्यापैकी भांडवल गुंतवावे लागते. त्या तुलनेत शेळीपालनाला माफक खर्च येतो व उत्पन्नही समाधानकारक असते. पावसाचे प्रमाण कमी असलेल्या पठारी प्रदेशात शेतीपूरक व्यवसायांत शेळीपालनाला प्राधान्य मिळत आहे. हल्ली केवळ शेतकरीच नव्हे, तर शेतीशी थेट संबंध नसलेले लोकही या व्यवसायात उतरू लागले आहेत.

शेळीपालनाचे मुख्य उद्देश दोन : काही जण दूध मिळवण्यासाठी; तर काही जण मांस उत्पादनासाठी त्यांचा वापर करतात. यांपैकी कोणत्याही कारणासाठी हा व्यवसाय करायचा झाला, तरी दोन्ही प्रकारांत शेळ्यांच्या आरोग्याची काळजी नेहमी घ्यावी लागते. त्यांना कोणताही रोग होऊ नये, यासाठी दक्ष राहावे लागते. एका शेळीपासून वर्षात दोन वितांतून जुळी अथवा तिळी अशाप्रकारे चारपेक्षा जास्त करडे मिळतात. बोकडापासून उत्पादकास आर्थिक नफा होतो; तर पाटीपासून शेळ्यांचा कळप वाढवण्यासाठी मदत होते. शेळीपासून

मिळणारे लेंडीखतही पिकांसाठी उपयुक्त असते. शेळी व बोकड यांची नियोजनपूर्वक पैदास, दूध उत्पादन, लेंडीखत या सगळ्यांचे गणित नीट जुळवल्यास कमी उत्पादनखर्चात निश्चितच चांगला आर्थिक लाभ होऊ शकतो.

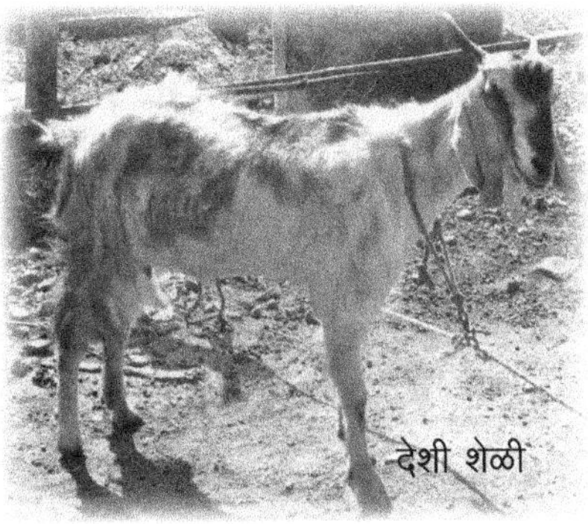

भारतातील शेळ्यांच्या प्रसिद्ध जाती

भारतामध्ये प्रामुख्याने चोवीस प्रकारच्या शेळ्या आढळतात. शेळीपालन करणाऱ्या व्यावसायिकांच्या संख्येत दिवसेंदिवस वाढ होत आहे. एका राज्यातून दुसऱ्या राज्यात शेळ्यांची सतत ने–आण होत असते. त्यामुळे अलीकडे शुद्ध पैदास आणि मिश्र (संकरित) पैदास वाढत आहे. जातिवंत शेळ्यांची मूळ गुणवैशिष्ट्ये टिकवून ठेवण्यासाठी राष्ट्रीय स्तरावर कर्नाल येथील संस्था काम करते. ती जनावरांच्या निरनिराळ्या जातींचे वर्णन व गुणवैशिष्ट्ये यांची सर्वेक्षणाद्वारे नोंद ठेवते. भारतामध्ये आढळणाऱ्या शेळ्यांच्या प्रमुख प्रजाती पुढीलप्रमाणे :

जमनापारी

या शेळ्या उत्तर प्रदेशात गंगा–यमुना व चंबळ नद्यांचे खोरे, डोंगराळ प्रदेश, इटाह, मथुरा, आग्रा भागांत प्रसिद्ध आहेत. त्या रुबाबदार दिसतात. त्यांच्यात दूध उत्पादकता व मांसोत्पादन असे दोन्ही गुणधर्म आढळतात. त्यांचा रंग पांढरा असतो. मानेवर किंवा तोंडावर भुरकट तपकिरी

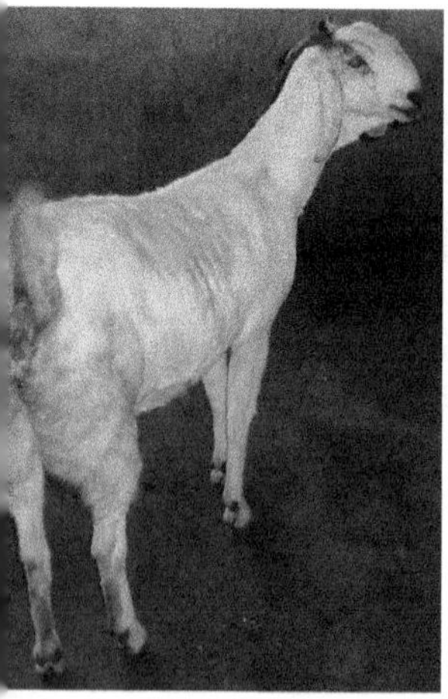

वा काळे पट्टे आढळतात. काही शेळ्यांच्या मानेवर व आजूबाजूला विटकरी तांबूस अथवा काळे पट्टे किंवा ठिपकेही पाहायला मिळतात. संपूर्ण पांढऱ्या शेळ्यांना जास्त पसंती मिळते. मानेवर तांबूस–काळे पट्टे असलेली जनावरे कमी गुणवत्तेची समजली जातात. या शेळ्यांचा आकार मोठा असतो. त्यांचे पाय उंच व लांब असतात, त्यांच्या मागील पायांच्या मांडीवर जाड व लांब केस असतात. ते केस शेळ्यांची कास व सड झाकून टाकतात. शरीरावर चमकदार केसांचे आवरण असते. तसेच, शिंगे चपटी व आखूड असतात. मोठ्या बोकडांचे वजन ६५ ते ८५ किलो भरते. या जातीमधील शेळ्यांत विण्याचे प्रमाण सर्वांत जास्त फेब्रुवारी–मार्च महिन्यांत आढळते. त्या जुलैपासून ऑक्टोबर–नोव्हेंबरपर्यंत माजावर येऊन भरल्या जातात. त्यांचा सरासरी गाभणकाळ १५० दिवस असतो. बव्हंशी शेळ्या वर्षातून

एकदाच वितात व एक–दोन करडे देतात.

नर करडांचा उपयोग मांसासाठी केला जातो. त्यांच्या मांसाला एक विशिष्ट स्वाद असतो, त्यामुळे अशा नरांना बाजारपेठेत अधिक मागणी असते. करडे तीन महिन्यांची असताना त्यांना 'खच्ची' करून चांगली पोसली जातात. त्यांच्यापासून मिळणारी कातडी चांगल्या प्रतीची असते. या जातीच्या शेळ्या दुधासाठी प्रसिद्ध आहेत. त्यांचा भाकडकाळ १०० ते ११० दिवस असतो. या शेळ्यांची निर्यात दक्षिण आफ्रिका, लॅटिन अमेरिका या देशांत होते. स्थानिक जातींबरोबर संकर करण्यासाठीही त्यांचा वापर केला जातो.

बीटल (पंजाबची काळी शेळी)

या शेळ्या पंजाबमधील बहुतेक सर्व जिल्ह्यांत आढळतात. त्यांचे शुद्ध कळप लुधियाना, कर्नाल, हिसार या ठिकाणी आहेत. या जातीची उत्पत्ती जमनापारी जातीच्या शेळीपासून झाली असल्याचे मानले जाते, कारण या दोन्ही जातींचे गुणधर्म व शरीररचना जवळपास सारखी आहे. शेळ्यांचे कान लांबट असून, आकार नागवेलीच्या पानासारखा असतो. कानाच्या आकारासंदर्भातील इंग्रजी शब्दाच्या उच्चारावरून शेळीचे नाव 'बीटल' असे पडले आहे. त्या वर्षातून एकदाच वितात. विण्याचे सर्वाधिक प्रमाण नोव्हेंबर ते फेब्रुवारी महिन्यांत असते. त्यांना बहुतेक वेळा जुळी किंवा तिळी करडे होतात. या शेळ्यांच्या बोकडांचे वजन जास्तीत जास्त ६५ ते ८५ किलोंच्या दरम्यान असते. त्यांच्यापासून चांगल्या प्रतीचे मांस मिळते. शेळीपासून एका वितामध्ये १५० लीटर दूध मिळते. त्यांचा भाकडकाळ १४० ते १५० दिवस; तर गाभण काळ १५३ ते १८७ दिवस असतो. त्यांच्या कातडीची प्रत चांगली असल्यामुळे बाजारात चांगली किंमत मिळते.

बारबरी

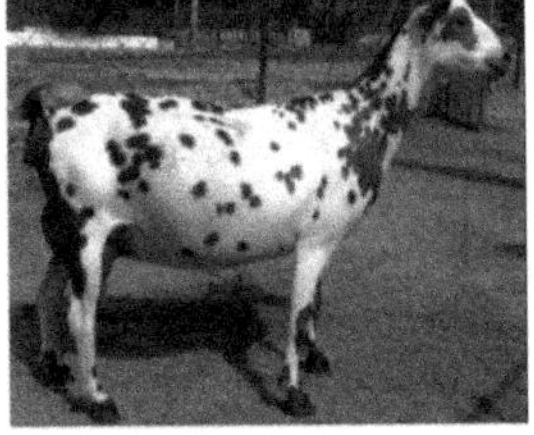

या शेळ्यांची उत्पत्ती मध्य तसेच पश्चिम आफ्रिकेत झाली असावी, असे मानले जाते. नाईल नदीचे खोरे, मॉरिशस, मादागास्कर, तसेच भारतात उत्तर प्रदेशातील अलिगड, आग्रा, मथुरा, इटाह परिसरात आणि हरियाणा राज्यातील कर्नाल, गुरगाव, दिल्लीच्या आजूबाजूला या शेळ्या पाळल्या जातात. त्या मध्यम आकाराच्या व आखूड पायांच्या असतात. त्यांच्या चेहऱ्याची ठेवण सरळ रेषेत असून अंगावर आखूड, तलम, चमकदार केस असतात. या

शेळ्यांच्या रंगांत विविधता असली, तरी प्रामुख्याने पांढरा रंग व त्यावर तांबूस किंवा विटकरी, तसेच पिवळसर ठिपके असणाऱ्या शेळ्या जास्त आढळतात. त्यांची दूध उत्पादनक्षमता अधिक असते. या जातीतील मोठ्या बोकडाचे वजन ३५ ते ४० किलो भरते. बंदिस्त गोठा पद्धतीत या शेळ्यांचे संगोपन चांगल्या पद्धतीने करता येते. त्या वर्षातून दोन वेळा वितात. प्रत्येक वितात दोन किंवा तीन करडे जन्माला येतात. या शेळ्या वर्षभर माजावर येत असल्याने कधीही गाभण राहू शकतात.

मलबारी (तेलीचेरी)

या शेळ्या उत्तर मलबार, तेलीचेरी, मंगलोर, कोट्टायाम, चिरक्कल, कालिकत, पोनानो या शहरांच्या परिसरात आढळतात. त्यांच्या रंगांत विविधता दिसून येते. या शेळ्या संपूर्ण काळ्या, पांढऱ्या, तांबूस-भुऱ्या रंगाच्या किंवा या सर्व रंगांचे एकत्रित मिश्रण असलेल्या आढळतात. काहींच्या अंगावर भरपूर केस असतात; तर काहींना आखूड केस असतात. त्यांचे गुणधर्म आनुवंशिकतेनुसार वेगवेगळे असतात. त्या अतिशय रुबाबदार व देखण्या दिसतात. त्या वर्षातून एकदाच

वितात व दोन किंवा तीन करंडाना जन्म देतात. त्यांच्यातील मोठ्या बोकडाचे वजन ४० किलोपर्यंत भरते. या जातीच्या शेळ्यांचे मांस फारसे चविष्ट नसल्यामुळे त्यांना मागणी कमी असते. मात्र, चांगल्या कातडीसाठी ही जात वाखाणली जाते.

सुरती (खानदेशी)

या जातीच्या शेळ्या सुरत, अहमदाबाद, खानदेश, नाशिक, मुंबई आदी भागांत आढळतात. त्यांचा रंग काळा असून, शरीरावर काही ठिकाणी पांढरे व भुरके-तपकिरी केस आढळतात. त्यांचे मांस चांगल्या प्रतीचे असते. या शेळ्या वर्षातून एकदाच वितात. त्या दिवसाला एक ते दोन लीटर दूध देतात. शेळ्यांचा आकार लहान असल्याने कमी चाऱ्यात दुधाचे उत्पादन चांगले मिळते.

उस्मानाबादी

या शेळ्या प्रामुख्याने मराठवाड्यातील उस्मानाबाद, लातूर, बीड, परभणी, पश्चिम म

हाराष्ट्रात नगर, सोलापूर, तसेच हैदराबाद, आंध्र प्रदेश, उत्तर कर्नाटक या बाजूला आढळतात. काही शेळ्यांचा रंग संपूर्ण काळा असतो; तर काही काळ्या-पांढऱ्या किंवा तपकिरी लालसर रंगाचे मिश्रण असलेल्या दिसतात. शिंगे असलेल्या व नसलेल्या, असे दोन्ही प्रकार आढळतात. या शेळ्यांचा आकार मोठा असतो. पूर्ण वाढलेल्या बोकडाचे वजन ५० ते ६० किलोपर्यंत; तर शेळीचे ३५ ते ४५ किलोपर्यंत भरते. करडांचे जन्मत: वजन अडीच-तीन किलो असते. शेळ्यांच्या कानाची लांबी सुमारे २० सें.मी. असून ते खाली लोंबतात. शिंगे १२ ते १५ सें.मी. लांब व पाठीमागे वळून वर वळतात किंवा खालीही झुकतात. या शेळ्या वर्षातून दोनदा वितात. जुळी करडे देण्याचे प्रमाण अधिक असते. या शेळ्या दूध व मांस उत्पादन अशा दोन्ही कारणांसाठी पाळल्या जातात. त्या रोज दीड ते दोन लीटर दूध देतात.

झालवाडी

या जातीच्या शेळ्या काटेवाडी प्रांतातील झालवाड जिल्ह्यात, तसेच गुजरातमध्ये पश्चिम मेहसाना, राधापूर या भागांत आढळतात. त्यांचा आकार मोठा असतो. नाकपुड्या रुंद व मोठ्या असून, मान लांब व घशाच्या खाली दोन लोलक लोंबताना दिसतात. शेपटी लहान आणि वर वळलेली असते. शिंगे सरळ, पिळदार असतात. शिंगावर स्क्रूसारख्या आट्या असतात. त्यांची कातडी निळसर, गुलाबी असून काळ्या कुळकुळीत चमकदार केसांचे आवरण असते. अंगावरील केसांची लांबी १५ सें.मी.पर्यंत असते.

या शेळ्यांच्या बोकडांचे वजन ५० ते ६० किलो भरते. जन्मत: करडाचे वजन तीन ते चार किलो असते. या शेळ्या वर्षातून एकदाच वितात व एक किंवा दोन करडे जन्माला येतात. या शेळ्या दिवसाला दोन ते तीन लीटर दूध देतात. त्यांचे मांस रुचकर असते.

मेहसाणा

गुजरातमधील 'मेहसाणा' जिल्ह्याच्या नावावरून या शेळ्यांचे हे नामकरण झाले आहे. त्या म

ेहसाना, कांक्रेज, ठाणा तसेच पालमपूर व बडोदा परिसरात आढळतात. त्यांचा रंग प्रामुख्याने काळा असून शरीरावर राखाडी किंवा पांढऱ्या रंगाचे मिश्रण असलेले जाडेभरडे केस असतात. कातडीचा रंग राखाडी– काळपट असून, कानाची आतील बाजू पांढरी व त्यावर काळे ठिपके ही या जातीची खास वैशिष्ट्ये आहेत. या शेळ्यांना लहान दाढीही असते. शेळ्यांचा आकार मध्यम असतो. त्यांचे नाक रोमन आकाराचे (उंटासारखे) असते. शेपटीचा आकार लहान व निमुळता असतो. या शेळ्यांच्या मोठ्या बोकडाचे वजन ३० ते ३५ किलो भरते. त्या वर्षातून एकदाच वितात. बहुतेक वेळा एकाच करडाला जन्म देतात. शेळ्यांचे वय वाढते तशा काही शेळ्या जुळ्या करडांना जन्म देतात. या शेळ्यांचे मांस साधारण प्रतीचे असते. त्या दुधासाठी प्रसिद्ध असून, दिवसाला पाच लीटरपर्यंत दूध देतात.

मारवाडी (मारवारी)

या जातीच्या शेळ्या मेहसाना जिल्ह्याचा उत्तर भाग, कांक्रेज सभोवतालचा प्रदेश, थारड,

वान, देवदार या ठिकाणी आढळतात. त्यांचे केस काळे कुळकुळीत असतात. कातडीचा रंग काळपट तांबूस असतो. आकार मध्यम असून, मोठ्या नराचे वजन ३० ते ३५ किलो भरते. या शेळ्या वर्षातून एकदाच वितात व बहुधा एकाच करडाला जन्म देतात. नंतर वय वाढल्यावर मात्र त्यांना जुळी करडे होण्याची शक्यता अधिक असते. या शेळ्यांपासून मिळणारे मांस रुचकर असते. मांस, दूध व लांब केस, असे तीन प्रकारचे उत्पन्न मिळते. या शेळ्यांमध्ये रोगप्रतिकारक क्षमता चांगली असल्याने त्या सहसा रोगाला बळी पडत नाहीत.

सिरोही

या जातीच्या शेळ्या गुजरात व राजस्थानात विखुरलेल्या आढळतात. शेळ्यांचा रंग संपूर्ण पांढरा, तांबूस भुरका किंवा लालसर व पांढऱ्या रंगाचे मिश्रण असलेला असतो. अंगावरील केस जाडेभरडे व आखूड असतात. शेळ्यांचा आकार बांधेसूद व मध्यम असून पिळदार शेपटीवर जाड, टोकदार केस असतात. नाकपुड्या लहान आणि निमुळत्या असतात. पूर्ण

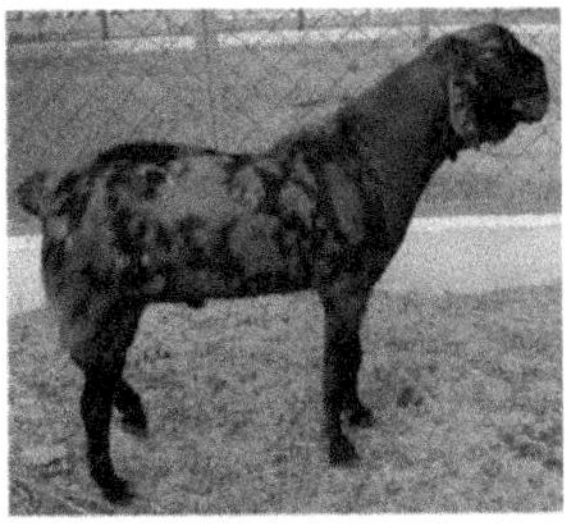

वाढलेल्या नराचे वजन ५० किलो भरते; तर जन्मत: करडाचे वजन सरासरी दोन किलो असते. या शेळ्या वर्षातून फक्त एकदाच वितात. काही शेळ्या जुळ्या करडांना जन्म देतात. या जातीच्या शेळ्या दूध व मांस उत्पादनासाठी पाळल्या जातात. बंदिस्त शेळीपालन पद्धतीत त्यांची प्राधान्याने निवड केली जाते.

कच्छी किंवा काठेवाडी

या शेळ्या गुजरातमधील कच्छ, काठेवाड, अहमदाबाद, तसेच राजस्थानच्या दक्षिण भागात आढळतात. त्यांचा रंग काळा असून अंगावर लांब केस असतात. चेहऱ्यावर आणि कानावर पांढऱ्या किंवा काळ्या-पांढऱ्या रंगाचे ठिपके आढळतात. शिंगे स्क्रूच्या आकारासारखी पिळदार असतात. नराचे वजन ३० ते ४० किलोंदरम्यान असते. या जातीच्या शेळ्या वर्षातून फक्त एकदा वितात व एक किंवा दोन करडांना जन्म देतात. नर करडांचा उपयोग मांसोत्पादनासाठी केला जातो. त्यांचे मांस चविष्ट असते. त्यांच्या केसांपासूनही थोडे उत्पन्न मिळते.

काळी बंगाली (बंगालची शेळी)

या शेळ्या ओरिसा राज्याचा उत्तर भाग, बिहारचा पूर्व भाग, बंगाल, आसाम व त्या सभोवतालच्या प्रदेशातही आढळतात. त्यांचा रंग काळा, तांबूस किंवा पांढरा असतो. अंगावर मऊ, आखूड केस असतात. या शेळ्या बुटक्या व लहानखुऱ्या असतात. मोठ्या नराचे वजन १४ ते १६ किलो भरते. त्यांचे मांस उत्तम प्रतीचे असते. त्यांच्या कातडीपासून दर्जेदार बुटांची निर्मिती केली जाते. या कातडीला परदेशांतही मागणी आहे. मात्र, करडांचे भागेल एवढेच दूध देण्याची या शेळ्यांची क्षमता असते.

गंजम शेळी

या शेळ्या प्रामुख्याने भटक्या जमातीचे लोक पाळतात. गंजम, ओरिसा, आंध्र प्रदेशाची समुद्र किनारपट्टी, मध्य प्रदेशाचा दक्षिण-पूर्व भाग येथे या शेळ्या पाळल्या जातात. त्या काळ्या, पांढऱ्या किंवा भुऱ्या रंगाच्या असतात. अंगावर लहान केस असतात; तर नरांना दाढी असते. या शेळ्यांचा आकार बंगाली

शेळीपेक्षा मोठा असतो. पूर्ण वाढलेल्या नरांचे वजन ३५ किलोंपर्यंत भरते. या शेळ्या वर्षातून दोनदा वितात व बहुधा जुळ्या करडांना जन्म देतात. त्यांना दूध कमी असून त्या मांसोत्पादनासाठी वापरल्या जातात.

गद्दी (चंबा)

हिमालय पर्वताच्या पायथ्याशी असलेले कांग्रा खोरे, चांबा, सिरमूर व सिमला या भागात गद्दी जमातीचे भटके लोक या शेळ्या पाळतात. त्या पांढऱ्या, भुऱ्या व तांबूस रंगाच्या असतात. त्यांच्या अंगावरील केस लांब असतात. त्यांची लांबी २५ सें.मी.पर्यंत भरते. एका केस कापणीतून अर्धा ते एक किलो केसांचे उत्पन्न मिळते. या शेळ्यांना पिळदार, लांब शिंगे असतात. त्यांची कातडी जाड व कठीण असल्यामुळे हिमाचल प्रदेशातील बदलत्या हवामानाचा दुष्परिणाम त्यांच्यावर होत नाही. त्या काटक असल्याने दूरपर्यंत चरण्यास सहज जातात. या शेळ्यांच्या मोठ्या नराचे वजन सरासरी ३० किलोंपर्यंत भरते. या शेळ्या वर्षातून एकदाच वितात. त्या एका करडाला किंवा जुळ्यांना जन्म देतात. या शेळ्यांचा मुख्य उपयोग केसांच्या उत्पादनासाठी व मांस उत्पादनासाठी केला जातो. त्यांच्या केसांपासून घोंगडी, दोरखंड, बर्फरोधक बूट बनवले जातात. डोंगराळ भागात त्यांचा उपयोग ओझी वाहण्यासाठीही केला जातो.

पश्मिना (तिबेटी, चांगथंगी)

या शेळ्या प्रामुख्याने हिमालय पर्वतावरील उंच डोंगराळ भागात; तसेच तिबेट, लडाख परिसरात आढळतात. त्या अतिशय चपळ असून निरनिराळा झाडपाला आवडीने खातात. त्या पांढऱ्या, तांबूस भुऱ्या व राखाडी रंगाच्या असतात. शिंगांचा आकार अगदी लहान असतो. चेहऱ्यावर जाड केसांचे आवरण असते. अंगावरील लांब केसांच्या आतील बाजूस अतितलम उबदार पश्मिना लोकरीची वाढ होते. ही लोकर अतिशय मौल्यवान असते. एका शेळीपासून फक्त ३० ते ६० ग्रॅम लोकर निघते. या लोकरीपासून 'पश्मिना शाली' बनवल्या जातात. या शेळ्या मध्यम आकाराच्या असून त्यांचे पाय भक्कम असतात, त्यामुळे त्या डोंगराळ भागात सहजतेने फिरतात. या शेळ्यांच्या मोठ्या नराचे वजन ४० ते ५० किलो भरते. या शेळ्या वर्षातून एकदाच वितात. त्या एक

किंवा दोन करडांना जन्म देतात. या शेळ्यांपासून चांगले मांस मिळते. डोंगराळ भागात ओझी वाहण्यासाठीही त्यांचा वापर केला जातो.

चेगू

या शेळ्या प्रामुख्याने स्पिती, याकसर, काश्मीर व तिबेट या ठिकाणच्या डोंगराळ भागात आढळतात. भटक्या जमातीचे लोक त्या पाळतात. या शेळ्यांचा आकार मध्यम असून, मोठ्या नराचे वजन ३५ ते ५० किलोंच्या दरम्यान भरते. या शेळ्या पांढऱ्या, राखाडी तांबूस किंवा तपकिरी व पांढऱ्या रंगाचे मिश्रण असलेल्या आढळतात. त्यांच्या अंगावर लांब केस असतात, त्याच्या आतील बाजूला अतितलम पश्मिना लोकरीचे दुसरे आवरण उगवते. प्रत्येक

शेळीपासून दरवर्षी ११० ग्रॅमपर्यंत पश्मिना लोकर मिळते. ही लोकर फक्त १२ मायक्रॉन जाडीची असते. या शेळ्या वर्षातून एकदाच वितात. एका वेळी एका करडाला जन्म देतात. जुळी करडे होण्याचे प्रमाण कमी असते. या शेळ्यांपासून चांगल्या प्रतीचे मांस मिळते.

आसामी शेळी

या शेळ्या प्रामुख्याने आसाममध्ये डोंगराळ प्रदेशात आढळतात. त्या रंगाने पांढऱ्या, राखाडी, मळकट भुऱ्या असतात. त्यांना दाढी असून अंगावर लांब केस असतात. त्या लांबट आकाराच्या व आखूड पायांच्या असून शिंगे डोक्यावरून पाठीमागे वळलेली असतात. मोठ्या नराचे वजन ३० किलोंपर्यंत भरते. या शेळ्या वर्षातून दोनदा वितात. बहुतेक शेळ्या जुळ्या करडांना जन्म देतात. या शेळीचे मांस स्वादिष्ट असते.

काश्मिरी शेळी

या शेळ्या प्रामुख्याने जम्मू, काश्मीर, हिमाचल व उत्तर प्रदेशातील डोंगराळ भागात आढळतात. त्या फक्त थंड हवामानात तग धरू शकतात. उष्ण हवामानात त्या पाळता येत नाहीत. त्या पांढऱ्या व काळ्या रंगाच्या, अंगावर पांढरे चट्टे असलेल्या असतात. त्यांच्या अंगावर चमकदार व १० ते १२ सें.मी. लांबीचे रेशमासारखे मऊ केसांचे आवरण असते. या लांब केसांच्या आतील

बाजूस पश्मिना लोकर उगवते. तलमपणा व उबदारपणासाठी ही लोकर जगभरात प्रसिद्ध आहे. ही लोकर शेळीच्या अंगावर थंडीच्या दिवसांत म्हणजे ऑक्टोबर ते फेब्रुवारी या महिन्यांत उगवते. जसजसे तापमान वाढते, तसतशी ही लोकर गळून शेळ्यांच्या लांब केसांमध्ये अडकते. कंगव्याच्या साहाय्याने ती गोळा केली जाते. एका शेळीपासून सरासरी १५० ते २०० ग्रॅमपर्यंत लोकरीचे उत्पन्न मिळते. या शेळ्या आकाराने मोठ्या असून नरांचे वजन सरासरी ६० किलोंपर्यंत भरते. त्या वर्षातून एकदाच वितात. बहुतेक शेळ्या जुळ्या करडांना जन्म देतात. या शेळ्यांचा मुख्य उपयोग पश्मिना लोकरीसाठी केला जातो. या लोकरीपासून किमती शाली बनवल्या जातात. या शेळ्यांचा उपयोग मांसोत्पादन व ओझी वाहण्यासाठीही केला जातो. शेळीच्या लांब केसांपासून दोरखंड बनवले जातात; तर कातडीचा उपयोग धान्य वाहतुकीला खोळी बनवण्यासाठी केला जातो.

कोकणकन्या

या जातीच्या शेळ्या रंगाने काळ्या असतात. डोक्यापासून पोटापर्यंत दोन्ही बाजूने दोन पांढरे पट्टे असतात. कोकण भागात त्या आढळतात.

बेरारी

या शेळ्यांची जात विदर्भात आढळते. या शेळ्यांचा रंग तपकिरी असतो. मादीच्या पाठीवर काळा पट्टा तर नराच्या गळ्याला काळा पट्टा आढळून येतो. ही जात दूध व मांसोत्पादनासाठी उपयुक्त आहेत. या जातीच्या शेळ्यांमध्ये जुळी करडे देण्याचे प्रमाण ५० टक्के असते. मादीचे वजन ३५ ते ४० किलो तर नराचे वजन ४० ते ४५ किलो भरते.

मांसोत्पादनासाठी विदेशी शेळी

परदेशांतील काही जातींच्या शेळ्या दुधासाठी आणि मांसोत्पादनासाठी प्रसिद्ध आहेत. त्यांतील निवडक शेळ्यांचा आपल्या देशात संकरित पद्धतीने उपयोग केला जातो. सानेन, अल्पाईन, टोगेनबर्ग, ॲंग्ला–न्यूबियन, बोअर, चामोझ किंवा चामोईस, अंगोरा या जातींचा त्यांत समावेश आहे.

मांसोत्पादनासाठी 'बोअर' या विदेशी शेळीला प्राधान्य दिले जाते. सातारा जिल्ह्यातील फलटण तालुक्यात या शेळ्यांचा संकर आणि संगोपन यशस्वीपणे केले जाते.

'बोअर'ची वैशिष्ट्ये

- या शेळीची मूळ जात दक्षिण आफ्रिकेतील आहे.
- ही जात अतिशय झपाट्याने वाढते. नर व मादी लवकर वयात येतात.
- माद्या सहा ते आठ महिन्यांत; तर नर सहा ते सात महिन्यांत पैदासक्षम बनतात.
- मादीची प्रजननक्षमता चांगली असते. बहुंताश शेळ्या जुळी करडे किंवा क्वचित तिळी करडे देतात.
- त्यांची हाडे मजबूत व शरीर खूप मांसल असते.
- प्रौढ शेळीचे वजन ६० ते ७० किलो आणि बोकडाचे वजन ७० ते ८० किलो भरते.
- शेळ्यांची कातडी उत्कृष्ट प्रतीची असल्यामुळे त्यातूनही उत्पन्न मिळते.
- बोकडांबरोबर शेळ्यांचेही मांस रुचकर असते.
- कोणत्याही हवामानाशी जुळवून घेण्याची क्षमता या शेळ्यांमध्ये असते. सातारा व पुणे जिल्ह्यात या शेळ्यांचे उत्पादन मोठ्या प्रमाणात घेतले जाते.
- या शेळ्या दिसायला रुबाबदार, भारदस्त असतात. त्यांची मध्यम आकाराची शिंगे पाठीमागे झुकलेली असतात.
- शरीराचा रंग पांढरा असतो. काही शेळ्यांच्या अंगावर काळा किंवा तपकिरी रंगाचा पट्टा किंवा लहान ठिपके असतात.
- या शेळ्या पाळण्यासाठी कमी त्रासदायक असतात. वेगाने वाढत असल्यामुळे त्या लवकर विक्रीयोग्य होतात.

महाराष्ट्र शेळी व मेंढी संशोधन व विकास संस्था, फलटण, जि. सातारा येथे दमास्कस व बोअर जातीच्या बोकडांचे ताजे व गोठवलेले वीर्य मिळते. तसेच शेळ्यांचे कृत्रिम रेतन, पैदाशीसाठी शुद्ध व संकरित बोअर व दमास्कस शेळ्या व बोकड मिळते.

शेळीच्या उपयुक्त जाती

शेळीपालन व्यवसायातून दूध, मांस, लेंडी (खत) असे विविध फायदे होत असतात. शेळीचे दूध विविध विकारांवर उपयोगी मानले जाते. काही ठरावीक जाती दुधासाठी विशेष उपयुक्त असतात; तर काही जाती चविष्ट मांसासाठी प्रसिद्ध आहेत.

दुधासाठीच्या उपयुक्त जाती

जमनापारी : उत्तर भारतातील गंगा, यमुना आणि चंबळ नदीच्या खोऱ्यांत ही जात आढळते. शेळीचा रंग पांढरा किंवा पांढऱ्यावर तांबडे ठिपके असा असतो. ही जात दूध व मांस उत्पादन दोन्हीसाठी उत्कृष्ट आहे. दहा इंचांपर्यंत लांब घडीचे लोंबकळणारे कान आणि पोपटासारखे बाकदार रोमन नाक यामुळे ही शेळी रुबाबदार दिसते. ती आकाराने मोठी, उंच असून, पाठीम ागे जाड, लांब केस असतात. कठीण परिस्थितीमध्येही टिकून राहण्याची क्षमता तिच्यात असते. नराचे वजन ६० ते ९० किलो; तर मादीचे वजन ५० ते ६० किलो असते. ही शेळी रोज दोन ते तीन लीटर दूध देते. काही शेळ्यांची दूध देण्याची क्षमता पाच लीटरपर्यंत असते. मात्र, या शेळ्यांना एका वेळी एकच पिल्लू होण्याचे प्रमाण जास्त आहे. एका वेतकाळात ६०० लीटरपर्यंत दूध मिळते. त्यात ३.५ ते ४ टक्के स्निग्धांश असतो.

बीटल : ही जात 'अमृतसरी' म्हणूनही ओळखली जाते. या शेळीचे मूळ स्थान पंजाब, झेलम, अमृतसर, फिरोजपूर परिसरात आहे. ती आकाराने लहान असते. तिचे डोके 'जमनापारी'प्रम ाणेच असून, कान लांब आणि विड्याच्या पानासारखे असतात. शिंगे मागे वळलेली असतात. नराचे वजन ६५ ते ८५ किलो; तर मादीचे वजन ४० ते ६० किलोंपर्यंत असते. ही शेळी रोज दोन ते चार लीटर याप्रमाणे पाच महिने दूध देऊ शकते. एका वेतकाळात २२० लीटरपर्यंत दूध मिळते.

बारबेरी : मूळ आफ्रिकेतील ही शेळी आग्रा, मथुरा भागात जास्त आढळते. तिचा रंग पांढरा असून अंगावर लाल किंवा तांबडे ठिपके असतात. चांगल्या प्रजननक्षमतेची ही जात दुधाकरिता प्रसिद्ध आहे. ही शेळी साधारणत: बारा ते पंधरा महिन्यांत बहुधा जुळी करडे देते. तिच्याकडून रोज एक ते दोन लीटर दूध मिळते. त्या आकाराने बुटक्या असल्यामुळे प्रामुख्याने शहरी भागात दुधासाठी पाळल्या जातात.

सुरती : ही जात गुजरातमध्ये सुरत शहराच्या परिसरात, तसेच महाराष्ट्रातील धुळे, जळगाव, नाशिक, मुंबई भागात आढळते. ती आकाराने लहान असते. मादीचे वजन ३५ ते ४० किलो असते. शेळ्यांचा रंग पांढरा असतो. तिची कास मोठी असून रोज एक ते दोन लीटर दूध देते.

सिरोही उर्फ अजमेरी : राजस्थानमधील अजमेर भागात या शेळ्या आढळतात. त्यांचा रंग गडद तपकिरी असतो. शेळ्यांची कास मोठी असून रोज सरासरी दोन लीटरपर्यंत दूध देतात.

मांसोत्पादनासाठी उपयुक्त जाती

उस्मानाबादी : उस्मानाबाद, बीड, लातूर, नगर भागात ही काळ्या रंगाची शेळी मोठ्या प्रमाणावर आढळते. ही जात काटकपणासाठी प्रसिद्ध आहे. ही शेळी रोज एक ते दोन लीटरपर्यंत दूध देते. उत्तम व्यवस्थापन असल्यास वयाच्या तीन महिन्यांनंतर नराचे वजन ८ ते १० किलो; तर मादीचे वजन ६ ते ७ किलो असते. आठ–नऊ महिन्यांनंतर नराचे वजन १८ ते २० किलो आणि प्रौढ शेळीचे वजन ३५ ते ४५ किलो भरते. आठ ते दहा महिन्यांच्या दरम्यान वय असलेली करडे विक्रीयोग्य मानली जातात. करंडाना शेळीच्या दुधाबरोबर इतर पोषक चारा व खाद्य दिल्यास वजनात वाढ होऊ शकते. या जातीच्या शेळ्यांमध्ये जुळी व तिळी होण्याचे प्रमाण जास्त असते.

मारवाडी : ही शेळी राजस्थानमध्ये आढळते. तिचा रंग काळा असून, उपजत काटक असल्यामुळे रोगप्रतिकारक्षमता जास्त असते. आकाराने लहान असून मादीचे वजन ३० ते ३५ किलो असते. ही शेळी दूध व मांसोत्पादनासाठी उपयुक्त आहे. या जातीचा नर दाढीधारी असतो.

संगमनेरी : नगर, पुणे या जिल्ह्यांत आढळणारी ही जात आकाराने मध्यम व रंगाने पांढरी असते. काही शेळ्यांच्या अंगावर काळे, तांबडे ठिपके असतात. दूध व मांसोत्पादनासाठी ही शेळी उपयुक्त आहे.

...

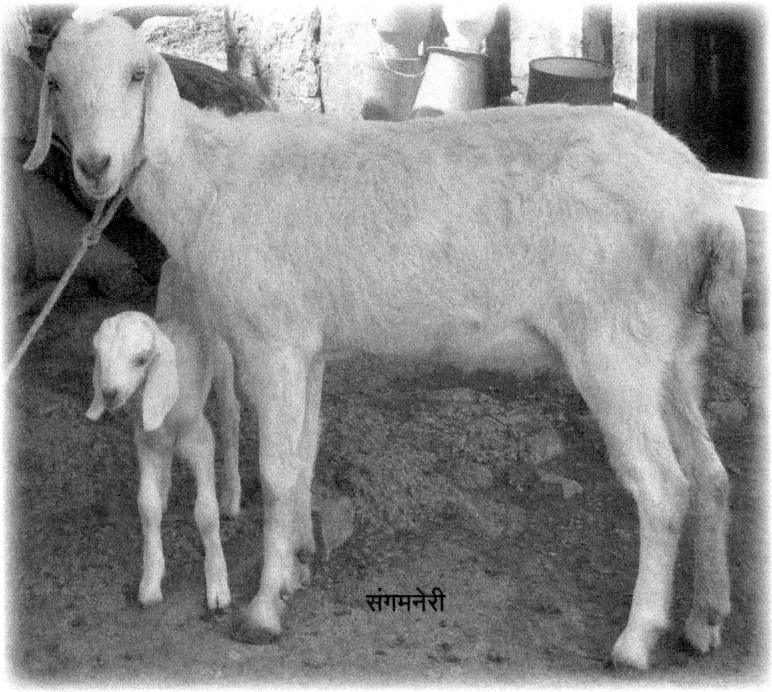

संगमनेरी

शेळ्यांच्या संगोपनपद्धती

शेळीपालनाच्या व्यवसायातून दूध, मांस, कातडी, शेतासाठी खत असे अनेक फायदे होतात. शेळ्यांचा गाभणकाळ कमी असतो. त्यांच्याकडून एका वेळेस एकापेक्षा जास्त करडे मिळत असल्याने या व्यवसायात लाभाचे प्रमाण जास्त आहे. वाढत्या लोकसंख्येची गरज भागवताना विविध प्रकारे जनावरांचा उपयोग होतो. मात्र, त्यांच्या खाद्याचा प्रश्न दिवसेंदिवस बिकट होत चालला आहे. वाढत्या औद्योगीकरणामुळे कुरणे, वने, माळरानांची संख्या कमी होत चालली आहे. या पार्श्वभूमीवर शेळीपालनाचा व्यवसाय करताना शेळ्यांचे संगोपन कशा पद्धतीने केले जाते, याला खूप महत्त्व आहे.

शेळ्यांचे संगोपन मुख्यत्वे पुढील तीन प्रकारे करता येते –

१. **चराऊ शेळीपालन :** यामध्ये शेळ्या चरण्यासाठी मोकळ्या सोडल्या जातात.

२. **अंशत: बंदिस्त शेळीपालन :** यामध्ये शेळ्यांना दिवसातील काही वेळ चरण्यासाठी बाहेर हिंडू दिले जाते, नंतर गोठ्यात बांधून त्यांना गरजेनुसार चारा दिला जातो.

३. **बंदिस्त शेळीपालन :** या पद्धतीत शेळ्यांना कायम गोठ्यातच ठेवले जाते, त्यांना लागणारी ओली–सुकी वैरण, तसेच इतर सर्व प्रकारचे खाद्य जागेवरच दिले जाते.

चराऊ शेळीपालन

या पद्धतीमध्ये शेळ्यांना सकाळी लवकर मोकाट चरण्यास नेले जाते. रस्त्याच्या कडेची झाडेझुडपे, पालापाचोळा, पीक कापणीनंतर मोकळी झालेली शेते, बांधावरील गवत, मोकळ्या जागेवरील गवत अशा ठिकाणी शेळ्या दिवसभरात त्यांना हवा तो चारा मनसोक्त खातात. त्यांना झाडपाला कुरतडून खाण्याची उपजत आवड असते. उंच झाडावरील पाला उडी मारून खाण्याचा प्रयत्न त्या करतात. त्यात त्यांचा रोज व्यायामही होतो. त्यामुळे अशा पद्धतीने संगोपन केलेल्या शेळ्यांची तब्येत चांगली असते. त्यांना आजार कमी होतात. या पद्धतीत त्यांच्या खाद्यासाठी कोणताही खर्च येत नाही, खर्च येतो तो केवळ मजुरीवर.

चराऊ शेळीपालनात घ्यावयाची काळजी

१. शेळ्या चरण्यासाठी नेताना आणि परत आणताना इतरांच्या पिकांचे, फळबागांचे व शेतीचे नुकसान होणार नाही, याची दक्षता घ्यावी.

२. कीटकनाशके फवारलेली फळझाडे आणि पिके, अशा वनस्पतींची छाटणी करून त्यांचा टाकाऊ पाला शेळ्यांना देऊ नये, त्यातून विषबाधा होऊ शकते. द्राक्षे, बोरे यांच्या बागांवर कीटकनाशकांची फवारणी केल्यावर त्यांच्या पाल्यावर कीटकनाशकांचे अंश साचून राहतात, असा पाला शेळ्यांच्या खाण्यात आल्यास त्या औषधांचे अंश त्यांच्या शरीरात साठून हळूहळू अपंगत्व निर्माण होते. अशा शेळ्यांच्या करडांनाही या व्यंगाचा प्रादुर्भाव होऊ शकतो. शेळ्यांना आतड्याचा कर्करोग होण्यास ही कीटकनाशके कारणीभूत ठरू शकतात.

३. शेळ्यांना खूप लांबवर चरावयास नेऊ नये, अन्यथा शेळ्यांची खूप शक्ती चालण्यातच खर्च होते व त्यांना अशक्तपणा येतो.

४. गाभण शेळ्यांना पहिल्या चार महिन्यांनंतर लांब अंतरावर मोकळे सोडू नये. मोठ्या शेळ्यांच्या कळपात त्यांची मारामारी झाल्यास गर्भपात होऊ शकतो. शेळ्यांची करडे तीन–चार महिन्यांची झाल्यानंतरच चरण्यासाठी न्यावीत, तोपर्यंत त्यांच्या खाद्याची व्यवस्था गोठ्यातच करावी.

५. शेळ्यांना गढूळ व घाण पाणी पाजू नये, कारण त्यातून रोगजंतूंचा शेळ्यांच्या शरीरात प्रवेश होतो.

६. चराऊ शेळ्यांमध्ये रोगजंतूंचा प्रादुर्भाव मोठ्या प्रमाणात दिसून येतो, त्यामुळे अशा शेळ्यांना व करडांना नियमितपणे जंतनाशके पाजावीत.

७. कळपात रोगग्रस्त शेळी आढळल्यास, तिला त्वरित बाजूला काढावे व तिची स्वतंत्र व्यवस्था करून उपचार करावेत, अन्यथा निरोगी शेळ्यांना रोगाची लागण होऊ शकते.

८. चराऊ शेळ्यांच्या कळपात ३० ते ४० शेळ्यांच्या मागे एक, या प्रमाणात पैदाशीचा नर ठेवला पाहिजे, त्यामुळे माजावरील शेळ्या वेळीच भरल्या जातात.

अंशत: बंदिस्त शेळीपालन

या पद्धतीमध्ये दिवसातील चार ते पाच तास शेळ्यांना चरण्यासाठी मोकळे सोडले जाते. सकाळच्या प्रहरात किंवा दुपारनंतर त्यांना जवळपासच्या मोकळ्या शेतात, माळरानावर, डोंगरमाथ्यावर चरायला नेले जाते, इतर वेळी गोठ्यात बांधले जाते. शेळ्या गोठ्यात असताना त्यांना चारा, गवत, मेथीघास, वैरण व इतर खुराक दिला जातो. या संगोपनपद्धतीमध्ये शेळ्यांना नियमित खुराक व चराऊ पद्धतीने चारा मिळत असल्याने त्यांचे वजन आणि जननक्षमता चांगली राहते.

अंशत: बंदिस्त शेळीपालनाचे फायदे-तोटे : यातील महत्त्वाचा फायदा म्हणजे शेळ्यांना रोज चार ते पाच तास बाहेर चरायला मिळते, त्यामुळे त्यांना भरपूर व्यायाम मिळून त्यांची पचनशक्ती चांगली राहते. त्यांच्यासाठी चारा विकत घेण्याची वेळ सहसा येत नाही. शेळ्या बाहेर असताना गोठ्याची स्वच्छता करून तो कोरडा करता येतो. बंदिस्त शेळीपालनापेक्षा अंशत: बंदिस्त शेळीपालन परवडणारे आहे, कारण त्यात खर्च कमी येतो. शिवाय, शेळ्यांचे लेंडीखत दर्जेदार समजले जात असल्याने त्यातूनही उत्पन्न मिळते.

या पद्धतीमध्ये शेळ्यांची विशिष्ट प्रकारे काळजी घेणे आवश्यक असते. त्यांची चरण्याची ठिकाणे सतत बदलावीत. त्यांना एकाच ठिकाणी सतत नेल्यास चारा कमी मिळतो व त्यांचे कुपोषण होते. गाभण शेळ्यांना चरण्यासाठी दूर अंतरावर नेऊ नये. त्यांच्या कळपात एक पैदाशीचा बोकड ठेवावा. गोठ्यात बोकडाला स्वतंत्र बांधून त्याला जादा खुराक द्यावा. चराऊ व बंदिस्त अशा दोन्ही संगोपनपद्धतींचे फायदे अंशत: बंदिस्त शेळीपालनामध्ये मिळतात.

बंदिस्त शेळीपालन

- या योजनेचा प्रकल्पखर्च ८७ हजार ८५७ रुपये सरकारने निर्धारित केला आहे. अनुसूचित जाती/जमातीसाठी २५ टक्के म्हणजे २१ हजार ९६५ रुपये स्वहिस्सा भरावा लागतो; तर ७५ टक्के म्हणजे ६५ हजार ८९२ रुपये अनुदान मिळते.
- इतर वर्गांस पन्नास टक्के म्हणजे ४३ हजार ९२८ रुपये अनुदान मिळते.

या पद्धतीमध्ये शेळ्यांना एकाच ठिकाणी बंदिस्त गोठ्यात ठेवले जाते. त्यांना जागेवर पाणी, चारा, वैरण व इतर खुराक दिला जातो. शेळीला एकाच ठिकाणी चरणे, एका ठिकाणी डांबून राहणे आवडत नाही. तिच्या शरीराला उग्र वास येत असला, तरी त्या अस्वच्छ जागेत राहण्यास व खाण्यास नाखूष असतात. त्यामुळे बंदिस्त पद्धतीने शेळीपालन करताना स्वच्छता, शेळ्यांच्या आवडीचा चारा याबाबत विशेष काळजी घ्यावी लागते. शेळ्यांचा मूळ

स्वभाव अधाशी व खादाड असल्याने, त्या एका वेळी क्षमतेपेक्षा अधिक हिरवा चारा खाऊ शकतात; पण तो पचणे अवघड असते, त्यामुळे त्यांची गरज बघूनच योग्य प्रमाणात चारा घालावा.

मटणाच्या वाढत्या मागणीमुळे शेळीपालन व्यवसायाचे महत्त्व वाढले आहे. त्यातही विशेषतः बंदिस्त शेळीपालन पद्धती अधिक लाभदायक ठरू शकते. त्यात यशस्वी होण्यासाठी प्रथम नीट अभ्यास करण्याची गरज आहे. शेळ्यांच्या चाऱ्याचे व्यवस्थापन, इतर खाद्य, गोठे, औषधोपचार, रोगप्रतिबंधक उपाययोजना, पैदाशीचे वेळापत्रक, करडांची काळजी या सर्व गोष्टींची तपशिलाने माहिती घेऊनच या व्यवसायात उतरणे योग्य ठरते.

बंदिस्त शेळीपालनाचे मुख्य फायदे

- शेळ्या चरण्यासाठी बाहेर जात नसल्यामुळे त्यांना सांसर्गिक रोगांचा व जंतांचा प्रादुर्भाव कमी होतो, त्यामुळे उपचारखर्चात बचत होते.
- शेळ्यांना गोठ्यात मुबलक खाद्य आणि पाणी वेळेवर मिळते, त्यामुळे त्यांची वाढ चांगल्या रीतीने होते. त्यांच्या अकाली मृत्यूचे प्रमाण कमी राहून, नफ्याचे प्रमाण वाढते.
- या संगोपनपद्धतीत शेळ्यांची हालचाल कमी होते, त्यामुळे खाल्लेले खाद्य त्यांना मानवते, त्यांची उत्पादनक्षमता वाढते.
- चराऊ पद्धतीमुळे अनेक वेळा पिकांची व उपयुक्त झाडे-झुडपांची शेळ्यांकडून नकळत नासाडी होते, बंदिस्त संगोपनात हे नुकसान टळते.
- कळपातील सर्व शेळ्या एका ठिकाणी असतात, त्यामुळे त्यांची देखरेख, वेळेवर उपचार, लसीकरण, शेळ्या भरल्याच्या नोंदी ठेवणे हे सर्व एका व्यक्तीलाही जमू शकते; देखभाल खर्च कमी होतो.

- शेळ्यांपासून लेंडीखत मिळते. मांस, दूध व लेंडीखत असा तिहेरी फायदा घेता येतो.
- चांगल्या प्रजातीच्या शेळ्यांची निवड करून संकरीकरण केल्यास समाधानकारक उत्पन्न मिळू शकते.
- अर्धवट माहितीवर हा व्यवसाय करू नये, नीट प्रशिक्षण घेऊनच गुंतवणूक करावी.

बंदिस्त शेळीपालनात घ्यावयाची काळजी

- आपणास किती शेळ्या पाळावयाच्या आहेत, भविष्यात त्यांत किती वाढ होऊ शकते, याचा विचार करून गोठ्याची रचना करावी.
- गोठे स्वच्छ, कोरडे व निर्जंतुक ठेवावेत. अधूनमधून जंतुनाशक फवारणी करावी.
- सर्व शेळ्यांना पशुवैद्यकांच्या सल्ल्यानुसार दर तीन महिन्यांनी जंतनाशक पाजावे.
- शेळ्या, करडे, पैदाशीचा बोकड, भाकड शेळ्या, गाभण शेळ्या अशा प्रत्येक वर्गवारीसाठी गोठ्यात स्वतंत्र व्यवस्था असावी, त्यांना फिरण्यासाठी पुरेसे आवार असावे.
- पाण्याची टाकी, तसेच लेंडीखत, ओला व सुका चारा, मुरघास यांची साठवणव्यवस्था गोठ्याच्या जवळ असावी.
- आजारी शेळ्यांना मुख्य गोठ्यापासून दूर ठेवावे, त्यांच्यामुळे इतर शेळ्यांना सांसर्गिक रोग होऊ शकतो.
- शेळ्यांवर प्रथमोपचार करण्यासाठी, त्यांच्याशी संबंधित विविध नोंदी ठेवण्यासाठी गोठ्यानजीक एखादी कार्यालयवजा जागा असावी.
- बहुंताश जण नोंदवह्या ठेवत नाहीत; मात्र लसीकरण, शेळ्या भरणे व इतर नोंदी अद्ययावत ठेवल्यास काम खूप सुलभ होते.
- बंदिस्त शेळीफार्मला भेट देण्यासाठी कोणी आल्यास, गोठ्यात प्रवेश करण्यापूर्वी पायांवर जंतुनाशकमिश्रित पाण्याचा 'स्प्रे' मारण्याची व्यवस्था प्रवेशद्वाराजवळ ठेवावी. त्यामुळे बाहेरून येणारे रोगजंतू शेळ्यांपर्यंत पोहोचण्याचा धोका टाळता येतो.

बिनशिंगी शेळ्या (डिसबडिंग)

शेळ्यांची शिंगे लांब असल्यास, आपसांतील भांडणात शिंगांमुळे त्यांना गंभीर इजा होऊ शकते. हे टाळण्यासाठी मोठ्या शेळ्या किंवा बोकडांची शिंगे काढणे आवश्यक ठरते. त्यासाठी शक्यतो थंडीच्या दिवसांत अगदी जवळून करवतीने शिंगे कापावीत. ते करताना शिंगाच्या आजूबाजूचा भाग बधिर करावा लागतो. शिंगे काढल्यानंतर रक्तस्राव व माश्यांचा उपद्रव होऊ

नये, यासाठी औषधयोजना करावी. याखेरीज तापलेली लोखंडी सळई, तीव्र स्वरूपातील रसायने, शिंगनाशक यंत्र यांच्याही साह्याने शिंगे काढता येतात. मात्र, हे सर्व करण्याऐवजी बिनशिंगांच्या शेळ्या निवडल्यास व्यवस्थापनावरील खर्च कमी येतो.

दुर्गंधी पैदा करणाऱ्या ग्रंथी काढणे

शेळ्यांच्या शिंगांजवळील 'मस्क ग्रंथी'मुळे दुर्गंधी येत असते. शेळ्या वयात येत असताना आणि पैदाशीच्या काळात या ग्रंथी जास्त स्रवतात, त्यामुळे त्यांच्या दुधालाही दुर्गंधी येते. या 'मस्क ग्रंथी' शेळ्या लहान असताना छोटी शस्त्रक्रिया करून काढून टाकल्या किंवा तापलेल्या सळईने चटका देऊन नष्ट केल्या, तर दुधाला येणारा दर्पही थांबू शकतो. लहान वयात खच्ची केलेल्या करडांनाही हा वास कमी येतो.

शेळ्यांना नंबर देणे

शेळ्यांच्या उत्पादकतेची अचूक नोंद ठेवण्यासाठी त्यांना नंबर देणे आवश्यक असते. त्यासाठी शेळी करडाच्या अवस्थेत असताना, कानाच्या केसविरहित भागावर नंबर गोंदवून घ्यावा. दुसरा पर्याय म्हणजे, पितळी किंवा ॲल्युमिनिअम धातूचे नंबर असलेले टॅग कानाला बसवणे. या नंबरमुळे कोणती शेळी कधी भरली, तिचे वीत किती आणि कधी झाले, कोणत्या शेळीपासून किती करडे मिळाली, यांची अद्ययावत माहिती ठेवता येते.

शेळ्यांच्या नख्या कापणे

शेळ्यांच्या नख्या आणि पाठीमागील टाचेसारख्या खुरांचा भाग नियमित वाढतो. नख्या जास्त वाढल्या तर शेळ्यांना चालताना त्रास होतो व त्या लंगडतात. मोकाट चरण्यासाठी फिरणाऱ्या शेळ्यांची नखे चालूनचालून व डोंगरकपारीत घासून झिजली जातात; परंतु बंदिस्त शेळीपालन पद्धतीमध्ये त्यांचे चालणे फारसे होत नाही, त्यामुळे त्यांची वाढलेली नखे धारदार कात्रीने कापून काढणे गरजेचे असते. पाठीमागे वाढणारे दोन्ही खूरही व्यवस्थित कापावेत.

खरारा करणे (ग्रुमिंग)

मजबूत दांडी आणि मऊ दात असलेले स्टेनलेस स्टीलचे कंगवे बाजारात मिळतात, त्यांच्या साह्याने शेळ्यांच्या अंगावर हलक्या हाताने खरारा करावा. त्यामुळे त्यांच्या अंगावरील मोकळे केस, कोंडा व कातडीवर साठून राहिलेली घाण गळून पडते. खराऱ्यामुळे त्यांच्या शरीरातील रक्तप्रवाह खेळता राहतो. कातडी नितळ राहिल्याने रोगप्रतिकारक क्षमता वाढते. थंडीच्या दिवसांत मऊ ब्रशने खरारा करावा, त्यामुळे या काळात शेळ्यांच्या शरीरावर उगवणारी सूक्ष्म लव नष्ट होत नाही. या केसांमुळे त्यांचे थंडीत संरक्षण होते.

वांझ शेळ्या

काही शेळ्या माजावर आल्यानंतर वारंवार भरल्या तरी गाभण राहत नाहीत; तसेच काही

बोकड शेळ्यांना लागूनही त्यांच्यापासून पैदास वाढत नाही. अशा शेळ्या व बोकड यांना वांझ समजले जाते. वांझपणा अनेक कारणांमुळे येतो. आनुवंशिकतेमुळे किंवा शारीरिक वैगुण्यांमुळे वांझपणा आला नसेल, तर त्यावर इलाज करता येतो. अनेक वेळा, खाद्याच्या कमतरतेमुळे हा दोष निर्माण होतो, तो खाद्यातून आवश्यक घटक देऊन घालवता येतो. मात्र, आनुवंशिक व शारीरिक वैगुण्यांमुळे आलेला वांझपणा घालवता येत नाही. अशी जनावरे मांसासाठी उपयोगात आणावीत. काही शेळ्यांना स्फुरदाच्या कमतरतेमुळे वैगुण्य येते, आहारात योग्य बदल केल्यावर ते दूर होते. पैदाशीचा मोसम संपल्यावर किंवा जास्त थंडीच्या दिवसांत बोकडांचा पैदाशीसाठी वापर होत नाही, त्यामुळे त्यांच्यात तात्पुरता वांझपणा येतो, त्यांच्याकडून शेळ्या भरल्या तरी त्या गाभण राहत नाहीत. अशा परिस्थितीत कृत्रिम रेतन करावे.

महात्मा फुले कृषी विद्यापीठाकडून
आधुनिक गव्हाणीचा वापर केला जातो,
त्यामुळे चाऱ्याचा अपव्यय टाळता येतो.

गोठा : तात्पुरता आणि पक्का

गरीब, अल्पभूधारक, शैक्षणिकदृष्ट्या मागासलेले शेतकरी व भटके लोक यांना आर्थिक आधार देणारा व्यवसाय म्हणून शेळी व मेंढीपालनाकडे पूर्वी पाहिले जात होते. त्यावेळी दारात, झाडाखाली, पडवीत शेळ्या बांधल्या जात असत. आता कमी खर्चात अधिक उत्पन्न मिळवून देणारा व्यवसाय या दृष्टिकोनातून त्याची व्याप्ती वाढू लागली आहे. शेळ्यांसाठी स्वतंत्र सुसज्ज गोठे बांधले जात आहेत. त्यांचे दोन मुख्य प्रकार आहेत : एक म्हणजे तात्पुरता आणि दुसरा पक्का.

कमी खर्चातील गोठे

शेळीच्या मल–मूत्रास अतिशय उग्र वास येतो, त्यामुळे गोठा बांधण्याची जागा मुरमाड व उंचवट्यावरची असावी. अशा जमिनीत मूत्राचे शोषण होऊन गोठा कोरडा राहण्यास मदत होते. तेथे हवा खेळती राहावी, यासाठी गोठ्याची उंची थोडी जास्त ठेवावी. पाणथळ व उताराच्या जमिनीवर गोठे बांधू नयेत. मात्र, डोंगराळ भागात किंवा खोलगट जमिनीशिवाय दुसरा पर्याय नसल्यास किमान त्या ठिकाणची दलदल कमी करावी. नदी–नाल्यांच्या परिसरातील गोठ्यांत पाणी शिरण्याची शक्यता असते, अशा ठिकाणी लोखंडी खांबांच्या व लाकडी फळ्यांच्या आधारे गोठा उंचवट्यावर उभारावा. त्याच्या सभोवती दीर्घकाळ टिकणारी पालेदार झाडेझुडपे लावावीत. त्यामुळे परिसर सुंदर, स्वच्छ राहून हवा खेळती राहते. उन्हाळ्यात झाडांच्या सावलीमुळे तापमान फार वाढत नाही. शिवाय, पावसाळ्यात शेळ्यांना चारा उपलब्ध होऊ शकला नाही, तर झाडाझुडपांचा पाला त्यांना खायला घालता येतो.

शेळ्यांसाठी गोठ्यात व पटांगणात पिण्याच्या पाण्यासाठी सिमेंटची टाकी बांधावी. त्यात रोज ताजे व स्वच्छ पाणी भरावे. शेळ्यांना वाळलेला व ओला चारा दिवसभरात विशिष्ट वेळा ठरवून विभागून द्यावा. गोठ्याच्या सभोवती जाळीदार तारांचे भक्कम कुंपण करावे, त्याच्या बाहेर चर खोदावा, त्यामुळे सरपटणारे प्राणी गोठ्यात जाऊ शकणार नाहीत. शेळ्यांची संख्या जास्त

असल्यास करडे, दुभत्या शेळ्या, गाभण शेळ्या, पैदाशीचे नर, भाकड किंवा भरावयाच्या शेळ्या, दिवस भरत आलेल्या शेळ्या, नुकतेच व्यायलेल्या शेळ्या, आजारी किंवा जखमी शेळ्या असे वर्गीकरण करून त्यांची स्वतंत्र व्यवस्था करावी. शेळ्यांच्या लेंड्यांमधून जंताचे कृमी बाहेर पडत असतात, त्या जंतकृमींची अंडी किंवा कोष जनावरांच्या शरीरात प्रवेश करू नयेत, यासाठी गोठ्यात नेहमी स्वच्छता ठेवावी. प्रत्येक पावसाळ्यापूर्वी गोठ्यातील जमिनीचा वरचा थर खरडून काढून नव्याने जमीन तयार करावी. त्यावेळी मातीत थोडी चुन्याची पावडर मिसळावी. खाद्य, करडे, शेळ्या, दूध, खत यांची वाहतूक करण्यासाठी रस्त्याची सोय असावी. उसाचे पाचट, गव्हाचा पेंढा वापरून तयार केलेले गोठे आठ ते दहा वर्षे टिकू शकतात.

कायमस्वरूपी गोठे

पुरेसे भांडवल असलेले व्यावसायिक पक्के गोठे बांधतात. दगड–विटांचे बांधकाम करून वर सिमेंटचे किंवा लोखंडी पत्र्यांचे छत करता येते. त्या ठिकाणी चाऱ्यासाठी गव्हाण, मल–मूत्र वाहून जाण्याची सोय असावी. शेळ्यांना हवे तेव्हा पाणी मिळावे, यासाठी स्वयंचलित यंत्रणा उभारावी, त्यामुळे पोषक अन्नघटकांबरोबरच आवश्यक तेवढे पाणीही त्यांना वेळेवर मिळते व त्यांचे आरोग्य चांगले राहते. शेळ्यांसाठी अत्याधुनिक सुविधा वापरून उत्पादनात वाढ करता येते. पक्क्या गोठ्यांमध्ये फरशी वापरली जाते. मात्र, असे गोठे रोज धुवावे लागतात. त्यामुळे मुबलक पाण्याची सुविधा असणाऱ्यांनी फरशीचा वापर करावा.

शेळ्यांच्या आरोग्याच्या दृष्टीने फरशीपेक्षा मुरमाड जमीन चांगली असते. असे गोठे साफ करण्यासाठी मजुरी व वेळ कमी लागतो. बंदिस्त पद्धतीने शेळीपालन करताना गोठ्याची रचना अशी करावी, की तेथील मूत्र गोठ्याच्या बाहेर एकाच ठिकाणी एकत्रित करता येईल. हे मूत्र पिकांसाठी फायदेशीर असते. याशिवाय गोठ्यात गाभण शेळ्या, करडे, बोकड यांच्यासाठी स्वतंत्र व्यवस्था असावी. या व्यवसायाचा आपण किती विस्तार करणार आहोत, याचा आधी विचार करूनच गोठ्याचे आकारमान व रचना ठरवावी. गोठ्यात शेळ्यांची जास्त गर्दी असू नये. त्यांची मूळ संख्या, त्यामधील अपेक्षित वाढ यांचा ताळमेळ घालून गोठ्याचा आराखडा निश्चित करावा.

अशी करा शेळ्यांची निवड

शेळ्यांची निवड व व्यवस्थापन

शेळीपालन व्यवसाय नव्याने सुरू करताना चांगल्या शेळ्यांचीच निवड करावी, कारण त्यावरच व्यवसायाचे यश अवलंबून असते. शेळ्या दुधासाठी पाळावयाच्या आहेत की मांसासाठी, यावर त्यांची निवड अवलंबून असते. त्यासाठी शक्यतो तज्ज्ञांची मदत घेणे केव्हाही चांगले.

शेळ्यांच्या निवडीसाठी खालील बाबी लक्षात घ्याव्यात :

शेळीची जात, मूळ वैशिष्ट्ये, बांधा, रंग, आकार, शारीरिक वाढ, नर वा मादी म्हणून असलेली आकर्षकता, कातडीची प्रत आदी बाबी महत्त्वाच्या असतात. याशिवाय शेळीचे डोके, कपाळाची ठेवण, आकर्षक शिंगे, पातळ मान, पुढील पाय सरळ व एकमेकांपासून रुंद, त्यांतील हाडांची वाढ या सगळ्यांची खातरजमा करावी. शेळीच्या प्रजोत्पादन इंद्रियांची व सडांची वाढ पूर्ण झालेली असावी लागते.

मांसोत्पादनासाठी शेळ्यांची निवड

अलीकडे दुधापेक्षा मांस उत्पादनासाठी शेळीपालन व्यवसाय केला जातो. भारतात शेळ्यांच्या २४ जाती प्रसिद्ध आहेत. त्यांपैकी काही दुधासाठी; तर काही निव्वळ मांस उत्पादनासाठी प्रसिद्ध आहेत. मांसासाठी शेळीची निवड करताना स्थानिक भागातील व स्थानिक वातावरणात टिकाव धरणारी जात निवडावी. उस्मानाबादी, बीटल, बारबरी व बंगाली या जाती विशेष उपयुक्त मानल्या जातात. योग्य जातीतील नर व मादी यांची निवडही तितकीच महत्त्वाची असते, त्यासाठी खालीलप्रमाणे काळजी घ्यावी :

सशक्त करडांची निवड

ज्यांचे वजन जन्मत: जास्त आहे व शरीराची वाढ जोमदार आहे, अशाच करडांची निवड मांसोत्पादनासाठी करावी. शेळीच्या वाढीचा वेग, प्रथम माजावर येण्याचे वय, जुळी करडे देण्याचे प्रमाण, दोन वितांतील अंतर या बाबी तपासून पाहाव्यात, कारण हे गुण करडांना आनुवंशिकतेतून मिळत असतात.

जुळ्यांतून निवड

जुळी करडे देण्याचे गुणधर्म आई किंवा वडिलांकडून करडांत येत असतात, त्यामुळे ज्या शेळ्यांना जास्तीत जास्त जुळी झाली आहेत, त्यांतील करडे प्रजननासाठी निवडावीत.

नियमित विणाऱ्या शेळ्यांतून निवड

शेळ्यांचा गर्भारकाळ पाच महिन्यांचा असतो. एकदा शेळी व्याल्यानंतर एक ते दीड महिन्यात ती पुन्हा माजावर येते, त्यामुळे दीड वर्षात शेळ्या दोनवेळा वितात. अशा पद्धतीने नियमित विणाऱ्या शेळ्यांचीच करडे प्रजननासाठी निवडावीत. त्यामुळे त्या करंडामध्येही नियमित विण्याचा गुण आपोआप येतो व तो दीर्घकाळ टिकतो.

निरोगी व अव्यंग शेळ्यांची निवड

मांसोत्पादनासाठी चांगल्या आनुवंशिकतेच्या आधारावर शेळ्यांची निवड करताना त्या पूर्णपणे निरोगी व अव्यंग असाव्यात. पैदाशीसाठी निवड केलेला नर व मादी चपळ, रुबाबदार असावेत, त्यांना कोणत्याही प्रकारचा रोग असू नये. कारण, त्यांचे संक्रमण पुढील पिढ्यांत होऊ शकते.

नियमित प्रजनन

शेळ्यांचे माजावर येण्याचे प्रमाण बाह्य वातावरणातील बदलांशी निगडित असते. भारतीय जातीच्या शेळ्यांमध्ये माजाला येण्याचे प्रमाण वर्षात दोन ऋतूंत असते. जून-जुलै या महिन्यांत शेळ्या माजावर येण्याचे प्रमाण जास्त असते. त्यांचा माज ३० ते ३६ तासांचा असतो. या काळात बाह्यलक्षणांवरून त्यांची ही अवस्था ओळखता येते. अशावेळी पैदाशीसाठी

निवडलेल्या नराचा उपयोग करावा. त्यातून गर्भधारणा न झाल्यास पुन्हा माजासाठी २१ दिवस वाट पाहावी लागते. त्यामुळे जास्त करडांचे उत्पादन मिळवण्यासाठी, माजावर आलेल्या शेळ्या नियमित व वेळेत भरल्या जातील, याची काळजी घ्यावी.

सुधारित तंत्रज्ञानाचा वापर

शेळ्यांची उत्पादनक्षमता वाढवण्यासाठी अलीकडे सुधारित तंत्रज्ञानाचा वापर वाढला आहे. त्याबाबतची पुढील माहिती पशुवैद्यकीय केंद्रात मिळू शकते.

कृत्रिम रेतन

चांगली व सकस पैदास निर्माण करण्यासाठी सक्षम बोकडाची गरज असते. मात्र, काही वेळा त्यांचीच कमतरता भासते. त्यावरील एक मार्ग म्हणजे, नैसर्गिक पद्धतीने शेळ्या भरण्याऐवजी कृत्रिम रेतन पद्धतीचा वापर करणे. त्यात उच्च गुणवत्तेच्या बोकडांचा जास्तीत जास्त उपयोग केला जातो. विविध भागांतील शेळ्या माजावर आल्यानंतर या बोकडांच्या प्रयोगशाळेत गोठवून जतन केलेल्या वीर्याच्या माध्यमातून त्या लगेच भरल्या जातात. या पद्धतीमुळे कळपात पैदाशीसाठी नर ठेवण्याचा खर्च वाचतो. मुख्यत: शेळीपालन व्यवसाय मांसोत्पादनासाठी केला जातो, त्यामुळे चांगल्या वजनाच्या, मांसल व तजेलदार शेळ्यांच्या निर्मितीसाठी, पैदाशीसाठी उत्कृष्ट दर्जाचा नर वापरणे गरजेचे असते. अनेक वर्षांपासून एकाच जातीचा नर त्यांच्यातील गुणदोषांसह वापरात आल्यास कळपातील पुढील पिढीतील करडेही सदोष जन्माला येतात. कृत्रिम रेतनातून परदेशातील जातिवंत नराच्या माध्यमातून उत्कृष्ट जातीच्या शेळ्यांची निर्मिती करून उत्पादन वाढवता येते.

संकरीकरण

जास्त मांस देणाऱ्या शेळ्यांचा संकर केल्यास, त्यातून पुढील पिढीतील करडांपासून जास्त उत्पादन मिळू शकते. हा संकर कृत्रिम रेतन पद्धतीने किंवा नैसर्गिक पद्धतीने करता येतो. त्यासाठी प्रामुख्याने उस्मानाबादी शेळ्यांचा संकर बीटल, बंगाली या जातींशी करावा. आधुनिक पद्धतीने 'बोअर' जातीचा संकर केल्यास शेळ्यांच्या उत्पादनात वाढ होण्यास मदत होते.

भ्रूणप्रत्यारोपण

हे अत्यंत आधुनिक तंत्र आहे. या पद्धतीचा उपयोग चांगल्या प्रतीच्या जातींचे रक्षण व संवर्धन करण्यासाठी केला जातो. या पद्धतीत उच्च प्रतीच्या दुर्मीळ मादीच्या गर्भाचे विभाजन करून अनेक गर्भांची निर्मिती केली जाते, त्यामुळे एका वेळी ८ ते १० करडांची पैदास होते. ही अत्यंत खर्चीक व तांत्रिक नैपुण्य आवश्यक असलेली पद्धत आहे.

शेळ्या एकाच वेळी माजावर आणणे (syncrchronization)

कळपामध्ये अनेक शेळ्या प्रजननाच्या विविध अवस्थांत असतात, त्यामुळे सर्वांचे व्यवस्थापन व संगोपन करणे अवघड जाते. हे टाळण्यासाठी कळपातील जास्तीत जास्त शेळ्या एकाच वेळी माजावर आणण्यासाठी या तंत्राचा उपयोग केला जातो. शेळीपालकावरील कामाचा ताण कमी करणे, हा त्यामागील मुख्य उद्देश आहे. मात्र, त्यासाठी खर्च जास्त येत असल्याने, मोठ्या संख्येने शेळ्या असलेल्या व्यावसायिकांनाच हे तंत्र परवडू शकते. राज्यात आधुनिक पद्धतीने शेळीपालन करणाऱ्या फार्मवर या पद्धतीचा वापर सर्रास केला जातो. बाजारपेठेत कोणत्या हंगामात मांसाला अधिक मागणी असते, त्यापद्धतीने नियोजन करून शेळ्या माजावर आणून भरल्यास उत्पादित मालास योग्य बाजारभाव मिळतो. शिवाय, कमी खर्चात जास्त उत्पन्न मिळण्यास मदत होते.

स्थानिक शेळ्यांचे संगोपन

अनेक ठिकाणी संकरीकरणापेक्षा स्थानिक शेळ्यांचे संवर्धन करण्यावर भर दिला जातो, त्यामुळे स्थानिक जाती नष्ट होत नाहीत. त्यांतील उच्च दर्जाच्या शेळ्यांचे व नरांचे संवर्धन करण्यासाठी त्यांचे प्रजनन चालू ठेवावे.

शेळीपालन व्यवसायात घ्यावयाची काळजी

१. जन्मलेल्या करडांना लवकरात लवकर कच्चे दूध भरपूर पाजावे.

२. वाढत्या करडांचे नियमित वजन करावे.

३. जुळी किंवा तिळी करडे असल्यास त्यांची विशेष काळजी घ्यावी, त्यांचे कुपोषण होऊ देऊ नये. त्यांना सकस आहार देऊन पुढील प्रजननासाठी शक्यतो त्यांचाच वापर करावा.

४. जन्मलेल्या करडांचे संगोपन करताना, मादी एक वर्षाची आणि नर १ ते २ वर्षांचा झाल्यानंतर त्यांना प्रजननासाठी उपयोगात आणावे.

५. पैदाशीसाठी निवडक नर ठेवल्यानंतर अन्य नर विकावेत किंवा त्यांचे खच्चीकरण करावे.

६. पैदाशीसाठी वापरला जाणारा नर दर तीन वर्षांनी बदलावा.

७. अशक्त, निकृष्ट व माजावर न येणाऱ्या शेळ्या कळपातून काढून टाकाव्यात.

८. दर वर्षी कळपातील सर्वसाधारणपणे २० टक्के शेळ्या काढून त्या जागी नवीन शेळ्या आणाव्यात.

९. शेळ्यांना नियमित विविध रोगप्रतिबंधक लस टोचावी व जंतुनाशक औषध पाजावे.

१०. शेळ्यांचे गोठे स्वच्छ, कोरडे व निर्जंतुक ठेवावेत. हवा खेळती राहील, अशी त्यांची रचना असावी.

११. गोठ्यात क्षारांच्या विटा ठेवाव्यात. बाजारात मिळणारा कळीचा चुना शेळीच्या भरड्यात वापरल्यास शेळीला आवश्यक असणारे कॅल्शिअम मिळते, शिवाय क्षारमिश्रणाचा खर्चही नियंत्रित करता येतो.

या गोष्टी कटाक्षाने टाळाव्यात

१. करडांना सतत त्यांच्या आईच्या भोवती गोठ्यात मोकळे सोडणे.

२. शेळी किंवा करडांच्या नाकात तेल सोडणे.

३. कोणत्याही प्रकारचा नर प्रजननासाठी वापरणे.

४. लहान करडांना गरजेपेक्षा जास्त हिरवा चारा देणे.

५. वयात आलेले बोकड गोठ्यात मोकळे सोडणे.

पैदाशीसाठी नरांची निवड व संगोपन

शेळीपालन व्यवसायामध्ये पैदाशीसाठी वापरल्या जाणाऱ्या बोकडाला फार महत्त्व असते. शेळ्यांचे वजन, शरीरवाढीचे प्रमाण, वयात येण्याचा कालावधी, प्रजननक्षमता, दोन वितांतील अंतर, मांसाची प्रत असे अनेक मुद्दे त्यावर अवलंबून असतात. त्यामुळे पैदाशीसाठी योग्य नराची निवड आवश्यक ठरते. त्या अनुषंगाने दोन पर्याय आहेत : पहिला म्हणजे, लहान असलेल्या नर करडाची निवड करून त्याचे पैदाशीच्या दृष्टीने संगोपन करणे. दुसरा मार्ग म्हणजे, पूर्ण वाढ झालेला चांगला नर बाजारातून मिळवणे.

लहान करडांतून नरांची निवड

अनेक शेतकऱ्यांकडे स्वत:चे शेळ्यांचे कळप असतात. ते या कळपातून चांगल्या प्रजातीचा लहान नर पैदाशीसाठी निवडू शकतात. त्या नराची मादीदेखील त्याच गुणवत्तेची असावी लागते, कारण तिचीही गुणवैशिष्ट्ये पुढच्या पिढीत उतरत असतात. एखादे व्यंग अथवा आनुवंशिक दोष असलेल्या नरांचा वापर पैदाशीसाठी करू नये, अन्यथा नराचे अवगुण पुढच्या पिढीत संक्रमित होण्याचा धोका असतो. सशक्त, निरोगी, संपूर्ण दोषरहित, शरीराची वाढ चांगल्या प्रकारे होणाऱ्या चपळ करडांचीच निवड आवर्जून करावी.

जुळ्यांतील नर-मादीला प्राधान्य

नराच्या अंडकोषात दोन अंडग्रंथी असल्याची खात्री करून घ्यावी. एकाच वितात दोन किंवा तीन करडे देण्याची क्षमता काही शेळ्यांमध्ये असते. अशा शेळ्यांमुळे या व्यवसायातील नफा वाढतो. त्यामुळे जुळी अथवा तिळी म्हणून जन्मलेले नर आणि मादी पैदाशीसाठी अधिक उपयुक्त ठरतात. मात्र, आपल्याच कळपातील नर वारंवार पैदाशीसाठी वापरल्यास, स्ववर्गीय प्रजननाद्वारे शेळ्यांत काही दोष निर्माण होऊ शकतात, त्यामुळे उत्पादकता घटते. ते टाळण्यासाठी काही नर (करडे) अधूनमधून बाहेरच्या कळपांतून शोधावेत. लहान वयातील

नरांची निवड पैदाशीसाठी करताना गरजेपेक्षा जास्त नर कळपात बाळगावेत. कारण अपघात, रोग यांसारख्या आकस्मिक संकटांत काही नर दगावूही शकतात, हा मुद्दा विचारात घेतला पाहिजे. अतिरिक्त असलेले नर योग्यवेळी मांसाहारासाठी किंवा पैदाशीसाठी इतरांना विकता येतात.

पैदाशीसाठी मोठ्या नराची निवड

शेळीपालन व्यवसायात संपूर्ण कळपाचे अर्थशास्त्र पैदाशीसाठी वापरल्या जाणाऱ्या नराच्या गुणवत्तेवर अवलंबून असते. कमी कालावधीत करडांची वाढ, चपळता, शारीरिक क्षमता ही सर्व गुणवैशिष्ट्ये नरातून करडांकडे संक्रमित होत असतात, त्यामुळे पैदाशीसाठी मोठा नर निवडताना त्याच्या गुणवत्तेची खात्री केली पाहिजे.

शरीरप्रकृती भक्कम हवी

लहान करडांतून पैदाशीसाठीचा नर निवडल्यास त्याचे गुणधर्म आणि विविध लक्षणे यांवरून त्याची प्रत लक्षात येते. मात्र, मोठा नर निवडताना त्याच्या आनुवंशिक गुणांबरोबरच त्याची शरीरप्रकृती कशी आहे, हेही तपासणे आवश्यक असते. त्याची प्रकृती चांगली नसल्यास, त्याच्यापासून जन्माला येणाऱ्या करडांची वाढ अपेक्षेप्रमाणे होत नाही. त्यामुळे सर्वतोपरी माहिती घेऊनच नराची निवड करावी. त्याच्या अंडकोशात दोन पूर्ण वाढ झालेल्या अंडग्रंथी असणे आवश्यक असते. मांस, दूध, लोकर मिळवण्यासाठी किंवा ज्या अन्य उद्देशाने शेळीपालन व्यवसाय करायचा आहे, त्या उद्देशाची पूर्तता करण्याची क्षमता नरात आहे, याची खातरजमा करावी. त्याची शारीरिक क्षमता, आरोग्य, वजनदार व जुळी करडे पैदा करण्याची क्षमता, चपळता, मजबूत हाडे, शरीराचे आकारमान इत्यादी बाबी विचारात घ्याव्यात. पैदाशीसाठी मोठा नर खरेदी करताना त्याची वंशावळ आणि उत्पादन क्षमतेबद्दलच्या नोंदी यांचा अभ्यास अवश्य करावा.

सदोष प्रजनन टाळा

मोठा नर खरेदी करताना त्याच्या अंगावर, कातडीवर कोणत्याही प्रकारची सूज व गाठी नसल्याची खात्री करून घ्यावी. त्याला पूर्वी एखादा आजार झाला होता किंवा कसे, याचीही माहिती घ्यावी. कारण काही जुनाट रोग तात्पुरते बरे झाले तरी कालांतराने पुन्हा उफाळून येतात, त्याचा परिणाम त्याच्या उत्पादनक्षमतेवर होतो. काही वेळा गर्भपात जंतूंचा प्रादुर्भाव झालेल्या नरामुळे मोठे नुकसान होण्याची शक्यता असते. शिवाय, अशा रोगाची लागण

शेळ्यांपासून त्यांच्या सहवासात असणाऱ्या माणसांनाही होऊ शकते. त्यामुळे नराला कोणत्याही प्रकारचा आनुवंशिक, जुनाट रोग नसल्याची खात्री करावी. पैदाशीसाठी नराचा वापर करताना, त्याच्या 'पाटीं'वर किंवा त्याच नराच्या आईवर त्या नराचा उपयोग करू नये. विशेषत: आपल्याच कळपातील नर पैदाशीसाठी निवडला असल्यास आणि त्याच्याकडून अशा प्रकारचे प्रजनन झाल्यास करडांमध्ये दोष निर्माण होऊ शकतात.

नरांसाठी वाढीव खुराक

निव्वळ पैदाशीसाठी वापरल्या जाणाऱ्या नरांना वाढीव खुराक द्यावा लागतो. त्यांच्या रोजच्या आहारात क्षारांची पूड टाकावी, ओला व वाळलेला चारा चांगल्या प्रतीचा असावा, त्यामुळे त्यांना योग्य पोषक घटक मिळतील. पैदाशीचा कार्यक्रम घेण्याच्या पंधरा दिवस अगोदर मोड आलेली मटकी त्या नरांना खाण्यास द्यावी; तसेच जोम टिकून राहण्यासाठी व प्रजननाची टक्केवारी वाढवण्यासाठी रोज एक अंडे खायला द्यावे. एकाच दिवशी जास्त शेळ्या माजावर येत असतील, तर एकाच नराचा वापर न करता राखीव नराचाही उपयोग करावा. पैदाशीचे नर शेळ्यांपासून वेगळे ठेवावेत, कारण शेळ्या माजावर नसतानाही नर त्यांना त्रास देतात. त्याचा परिणाम नराच्या प्रजननक्षमतेवर होऊ शकतो. त्यामुळे नरांची स्वतंत्र व्यवस्था करून पूरक पोषक आहार द्यावा.

नर किमान दोन वर्षांचा आवश्यक

पैदाशीसाठी निवडलेल्या नरांची वाढ चोख व्यवस्थेमुळे लवकर होते. काही शेतकरी स्वत:कडील एक वर्ष वयाच्या नराचा उपयोग पैदाशीसाठी करतात. मात्र, लहान वयाचा नर या कारणासाठी वापरल्यास त्याची प्रजननक्षमता भविष्यात लवकर कमी होते. त्यामुळे पैदाशीसाठी दोन ते पाच वर्षे वयाचा नर वापरावा, त्यामुळे जन्मणारी करडे वजनदार व तजेलदार होतात.

शेळ्यांचे प्रजनन

भारतातील हवामानात शेळ्या बाराही महिने माजावर येऊन गाभण राहू शकतात. अपवादात्मक परिस्थितीत काही शेळ्या माजावर येऊनही गाभण राहत नाहीत. मात्र त्या पुन्हा एकवीस दिवसांनी माजावर येतात. काही शेळ्यांचे ऋतुचक्रच लांबचे असते. त्या माजावर आल्यानंतर वेळीच भरल्या नाहीत, तर त्यांचा भाकडकाळ वाढतो. सर्वसाधारण शेळ्यांचा गाभणकाळ पाच महिन्यांचा असतो. या काळात करडांची परिपूर्ण वाढ होते. काही कारणांमुळे वेळेपूर्वीच जन्मलेली करडे अशक्त राहतात, त्यांची वाढ नीट होत नाही. त्यामुळे गाभणकाळात शेळ्यांची विशेष काळजी घ्यावी.

शेळ्या भाकड असताना त्यांना भरपूर खाद्य द्यावे. त्यामुळे मागील वितात त्यांची गेलेली शक्ती भरून येते, त्या नवीन वितासाठी शारीरिकदृष्ट्या तयार होतात. भाकड शेळ्यांची उपासमार झाली, तर त्यांच्या कासेतील दूध उत्पादक पेशींची व गर्भाशयातील पेशींची झीज लवकर भरून येत नाही. या शेळ्या लवकर माजावर येत नाहीत किंवा माजावर आल्यानंतर भरल्या तरी गाभण राहत नाहीत. काही शेळ्या गाभण राहतात; मात्र एक–दोन महिन्यांनी लगेच उलटतात. अशा प्रकारांमुळे शेळ्यांचा भाकडकाळ वाढतो व शेळीपालकाचे नुकसान होते. गाभण राहून वारंवार उलटणाऱ्या शेळ्यांवर पशुवैद्यकांकडून त्वरित उपचार करून घ्यावेत. त्याचाही उपयोग झाला नाही, तर अशा शेळ्या विकून टाकाव्यात, त्यांच्या जागी निरोगी व जातिवंत शेळ्या भराव्यात.

गर्भपाताचा आजार असलेल्या शेळ्यांपासून हा रोग पैदाशीसाठी वापरल्या जाणाऱ्या बोकडाला होऊ शकतो. नंतर त्याच्यापासून कळपातील इतर शेळ्यांनाही त्याची लागण होऊ शकते. त्यामुळे गर्भपाताशी संबंधित रोगाचे निदान झाल्यानंतर संबंधित शेळ्या कळपातून त्वरित बाजूला कराव्यात. अशा शेळ्यांच्या गर्भपाताद्वारे होणारी घाण उघड्यावर टाकू नये, ती दूर नेऊन खोल खड्ड्यात पुरून टाकावी. गोठ्यातील जागा स्वच्छ धुऊन निर्जंतुक करावी.

शेळ्या भरण्यापूर्वीची काळजी

एका वेळी जास्त शेळ्या माजावर आणून एकाच वेळी भरावयाच्या असल्यास, त्यांच्या आहारावर अधिक लक्ष द्यावे. शेळ्या भरण्यापूर्वी एक ते दोन महिने त्यांचे खाद्य आणि हिरवा चारा कमी करून ताण द्यावा. या काळात त्यांच्या आहारात वाळलेल्या चाऱ्याचा जास्तीत जास्त वापर करावा. अशी परिस्थिती आपल्याकडे विशेषतः उन्हाळी हंगामात असते. उन्हाळ्याच्या शेवटी शेळ्यांना वाढीव व सकस आहार मिळाल्यास त्यांना जादा अन्नद्रव्य मिळते, परिणामी त्यांच्या गर्भाशयाची स्थिती सुधारून एकाच वेळी जास्त स्त्रीबीजे तयार होतात, त्यामुळे फलधारणा वाढण्यास मदत होते आणि जुळी किंवा तिळी करडे होण्याचे प्रमाण वाढते. मात्र, शेळ्यांना वर्षभर सलग चांगला खुराक आणि उच्च प्रतीचा ओला चारा नियमित दिला, म्हणजे त्या सगळ्यांचेच करडे देण्याचे प्रमाण वाढते असे नाही. त्यामुळे ज्या कळपातील शेळ्यांमध्ये जुळी किंवा तिळी करडे देण्याचे प्रमाण कमी आहे, अशाच ठिकाणी शेळीपालकाने हा उपचार करावा.

मादीचे प्रजनन चक्र

शरीरवाढ परिपूर्ण होणे – पहिल्या माजाची सुरुवात – माजाचे मर्यादित चक्र – गर्भावस्था – प्रसूती – ठरावीक दिवसांची लैंगिक विश्रांती – त्यानंतर पुन्हा पुढील माजाची सुरुवात.

या चक्राप्रमाणे मादी करडाचे रूपांतर शेळीत होते. आहार व रोगनियंत्रण यांचे चोख नियोजन केल्यास एका मादीपासून जास्तीत जास्त वेतांद्वारे अनेक करडे मिळवता येतात.

नराचे प्रजनन चक्र

शरीरवाढ परिपूर्ण होणे – शुक्राणू निर्मितीस सुरुवात होणे – लैंगिक वर्तनातून माजावर आल्याची लक्षणे दिसणे – रेतनक्रिया – प्रजननक्रियेतील शिथिलता.

पैदाशीसाठी निवडलेल्या नवीन नरामध्ये असे प्रजनन चक्र दिसून येते. हा नर दर्जेदार व चांगला जातिवंत असावा. त्याची देखभाल योग्यरीत्या झाल्यास, त्याच्यापासून अनेक शेळ्यांना असंख्य गुणवंत करडे होऊ शकतात. नैसर्गिक रेतनपद्धतीत पैदाशीसाठी नरांची संख्या ठरवताना पशुवैद्यकांचा सल्ला जरूर घ्यावा.

शेळ्यांचा माज

माजाशिवाय शेळ्यांमध्ये गर्भधारणा होत नाही. त्यामुळे मादी व नरामधील प्रजनन चक्र, शेळ्यांचा माज या बाबी अचूकपणे जाणून घेणे महत्त्वाचे असते. प्रजननक्षम वयात शेळ्या

माजावर येतात. वृद्धापकाळाकडे जाणाऱ्या शेळ्यांची प्रजननक्षमता आपोआप कमी होते. त्या माजावर येण्याचेही थांबते. शेळी अपेक्षित काळात माजावर आली म्हणजे तिचे आहार व्यवस्थापन व आरोग्य चांगले आहे असे समजावे. योग्य वयातही माजावर न येणाऱ्या शेळ्यांची पशुवैद्यकांकडून तपासणी करून घ्यावी.

माजावर आलेल्या शेळ्यांमधील लक्षणे

शेळ्या सर्वसाधारणत: एकवीस दिवसांत माजावर येतात. त्यांचा माजाचा काळ तीस ते छत्तीस तासांचा असतो. त्या वेळेतच शेळ्या भरून घेणे गरजेचे असते. अन्यथा त्या पुन्हा एकवीस दिवसांनी माजावर येण्याची वाट पाहावी लागते. शेळ्या माजावर आल्यानंतर पुढील लक्षणे आढळतात :

१. या शेळ्या कळपापासून कायम वेगळ्या राहण्याचा प्रयत्न करतात.

२. विशिष्ट आवाजात ओरडत राहतात.

३. शेपटीची हालचाल सातत्याने करतात.

४. खाण्यापिण्याकडे पूर्ण दुर्लक्ष असते.

५. बेचैन राहून सतत मूत्रविसर्जन करतात.

माजावरील शेळी ओळखण्यासाठी बोकडाची मोठी मदत होत असते. त्यासाठी त्याला दररोज सकाळ, संध्याकाळ कळपातून फिरवावे. शेळ्यांची संख्या जास्त असल्याने लक्षणांवरून माज ओळखता आला नाही व बोकडही कळपात नियमितपणे फिरवला नाही, तर माज वाया जाऊन आर्थिक उत्पन्नावर परिणाम होतो. शेळी माजावर आल्याची खात्री झाल्यानंतर ती कृत्रिम अथवा नैसर्गिक पद्धतीने भरावी. अनेक शेळी प्रकल्पांवर पैदाशीचे जातिवंत नर पाळले जातात, त्यांच्यामार्फत नैसर्गिक रेतन पद्धतीने शेळ्या भरल्या जातात. ही पद्धत कमी खर्चाची आहे. कृत्रिम रेतन पद्धत खर्चीक असली, तरी फायद्याची व आधुनिक तंत्राची जोड असलेली आहे, त्यामुळे या पद्धतीतून उत्पादनात शाश्वत वाढ होऊ शकते.

शेळ्यांच्या प्रजननातील अडथळे

शेळीपालन व्यवसायात अपेक्षित उत्पन्नासाठी शेळीचे व नराचे प्रजनन चक्र सुलभतेने फिरणे आवश्यक असते. प्रजननात अडथळे आल्यास शेळीच्या वेतांची संख्या कमी होते. त्याम ुळे तिच्यापासून मिळणाऱ्या करडाची संख्या रोडावते व उत्पन्नात घट येते. वांझपणा हा प्रजननातील सर्वांत मुख्य अडथळा आहे. शेळी माजावर न येणे किंवा माजावर येऊनही सतत उलटत राहणे, अशी परिस्थिती असल्यास तिच्यात वांझपणा असण्याची शक्यता असते.

अशा शेळ्यांची पशुवैद्यकांकडून तपासणी करून योग्य उपचार करावेत. त्यानंतरही सुधारणा न झाल्यास त्या कळपातून काढून टाकाव्यात. कमी वजन, अनारोग्य, बाह्य परजीवींचा किंवा आंतरपरजीवींचा प्रादुर्भाव, क्षारांची कमतरता, पुरेशा खाद्याचा अभाव, दुर्लक्षित व्यवस्थापन, शारीरिक क्रियेतील अडथळे यामुळे काही शेळ्या माजावर येत नाहीत.

गर्भपात

गाभण शेळीची योग्य काळजी न घेतल्यास वा तिला एखादा अपघात झाल्यास गर्भपात होऊ शकतो. गर्भपातामुळे गर्भाशयात जार अडकणे, गर्भाशयात दाह होणे, पुढे वंध्यत्व निर्माण होणे असे प्रकार दिसून येतात. शेळीचा गर्भपात एखाद्या रोगाच्या प्रसारामुळे तर झाला नाही ना, याची खातरजमा करून घ्यावी. एका कळपातील अनेक शेळ्यांचा गर्भपात झाल्यास त्वरित पशुवैद्यकांचा सल्ला घ्यावा. गर्भपाताच्या कारणाचे निदान होईपर्यंत त्या शेळ्या कळपातून वेगळ्या ठेवाव्यात, अन्यथा संसर्गाद्वारे त्या रोगाची लागण इतर गाभण शेळ्यांना होऊ शकते. गर्भपात झाल्यानंतर त्या गर्भाची परस्पर विल्हेवाट लावू नये. गर्भजल, वार, गर्भ प्रयोगशाळेत पाठवून तपासणी केल्यानंतर गर्भपाताचे नेमके कारण कळू शकते.

गर्भाशयदाह

शेळ्यांच्या प्रसूतीनंतर वार अडकणे, घरगुती पद्धतीने प्रसूती करणे, अस्वच्छता यामुळे शेळ्यांमध्ये गर्भाशयदाह होतो. सांसर्गिक पद्धतीने हा रोग इतर शेळ्यांमध्ये पसरतो. गर्भाशयदाह झाल्यास शेळ्यांना ताप येतो, स्तनदाह होण्याची शक्यता निर्माण होते. वेळीच उपचार केले नाहीत, तर शेळ्यांचा मृत्यू होतो. त्यामुळे प्रसूतिकाळात शेळीची काळजी घेणे व स्वच्छता राखणे आवश्यक असते. प्रसूतीनंतर पशुवैद्यकांच्या सल्ल्यानुसार प्रतिबंधात्मक औषधे नियमित द्यावीत.

गाभण शेळ्यांची घ्यावयाची काळजी

गाभण शेळ्या प्रसूत होईपर्यंत त्यांच्याकडे विशेष लक्ष द्यावे लागते. शेळीपालन 'मुक्तसंचार' पद्धतीचे असो वा 'बंदिस्त', या नाजूक काळात त्यांचे संगोपन किती काळजीपूर्वक केले जाते, यावर या व्यवसायाची प्रगती अवलंबून असते.

पोषक खाद्याची गरज

शेळी गाभण असताना शेवटच्या सहा ते आठ आठवड्यांत गर्भाची वाढ वेगाने होते. ही वाढ चांगली होण्यासाठी व शेळीला विणीचा ताण सहन करता यावा, यासाठी तिला जादा अन्नघटक पुरवण्याची गरज असते, ते देताना आहारात एकदम मोठा बदल न करता पोषक खाद्य हळूहळू वाढवावे. तिला ताजे आणि स्वच्छ पाणी पिण्यास द्यावे. पुरेसे क्षार मिळावेत, याकरिता गोठ्यात क्षारांच्या विटा बांधाव्यात, शेळ्या गरजेनुसार त्यांचा उपयोग करतात. गाभण शेळ्यांची सुरक्षितता विचारात घेऊन गोठ्यात शेळ्यांची गर्दी होणार नाही, तसेच त्यांच्यात मारामारी होणार नाही याची काळजी घ्यावी. गाभण शेळ्या मोकळ्या ठिकाणी फिरताना उंच जागेवरून – कठड्यावरून उडी मारणार नाहीत, जास्त धावपळ करणार नाहीत यावर लक्ष ठेवावे.

दूध देण्यावर नियंत्रण

गाभण शेळ्यांची प्रसूती जवळ आल्यावर त्यांना स्वतंत्र व स्वच्छ जागेत ठेवावे. तो गोठा उबदार असावा. तेथेच त्यांच्या चारा–पाण्याची सोय करावी. या शेळ्यांना नियमितपणे चालण्याचा हलका व्यायाम मिळाला पाहिजे, त्यासाठी सकाळी व संध्याकाळी त्यांना पटांगणात मोकळे सोडावे. त्यांच्या पोटात एकापेक्षा अधिक गर्भ (करडे) असल्याने त्यांचे शरीर जड होते. या परिस्थितीत त्या सतत बसून राहिल्यास, करडांना जन्म देताना त्यांना अधिक त्रास होऊ शकतो, तो टाळण्यासाठी व्यायाम जरुरीचा असतो. गाभण शेळी दूध देत असेल, तर

तिचे गर्भारपणाचे दिवस पूर्ण होण्याआधी चार ते सहा आठवडे तिचे दूध आटेल यासाठी उपाययोजना करावी. त्यांचे दूध काढण्याची वेळ अनियमित करणे, ते अर्धवट काढणे किंवा ते काढण्याचे अधूनमधून टाळणे, असे उपाय याकरिता करता येतात.

पाच महिन्यांनी प्रसूती

शेळ्या 'भरल्या'पासून पाच महिन्यांनी प्रसूत होतात. विणीचा कालावधी जवळ आल्यानंतर, त्यांच्या पोटाच्या उजव्या बाजूला फुगीर झालेल्या उंचवट्यामध्ये अधूनमधून करडांची हालचाल हाताला जाणवते. या शेळ्यांची देखभाल करणाऱ्या व्यक्तीला ही परिस्थिती योग्य रीतीने हाताळण्याची चांगली माहिती असावी लागते. शेळीच्या प्रसूतीसाठी तयार केलेली जागा स्वच्छ, मऊ चघळ अंथरून उबदार करावी. प्रथमच गाभण राहिलेल्या शेळ्या या शेवटच्या टप्प्यात खूप अस्वस्थ होतात व गरजेपेक्षा जास्त हालचाली करतात. परिणामी, गर्भातील करडी आडवी येण्याची शक्यता निर्माण होते. त्यामुळे प्रथम वितातील पाटीची योग्य दक्षता घ्यावी. विण्याच्या अवस्थेत असणाऱ्या शेळ्या दोरखंडाने बांधून न ठेवता मोकळ्या ठेवाव्यात.

कसोटीचा काळ

विण्यापूर्वी दोन ते तीन तास शेळी बेचैन असते. जवळपास कोणीही आले तरी ती घाबरून सैरभैर होते. तिची कास घट्ट व पूर्ण भरलेली दिसते. पोट आणि शेपटीजवळील कंबरेचा भाग (कुस) खोलगट होऊन खाली जातो. शेपटीची जागा ताणली जाते. काही शेळ्या भरभर श्वासोच्छ्वास करून धापा टाकू लागतात. कधी कधी पायाच्या खुराने जमीन उकरतात. सतत ऊठबस करून व्याकूळ होतात. या वेळी कोंबडीच्या अंड्याच्या पांढऱ्या बलकाप्रमाणे घट्ट गुळगुळीत स्राव बाहेर येतो. त्यानंतर पाण्यासारख्या पातळ द्रावाने भरलेली पिशवी बाहेर येते. तीत करडाच्या तोंडाचा भाग किंवा पुढच्या पायांचे खूर दिसू लागतात. ही पिशवी हाताने कधीही फोडू नये, कारण त्यातील द्रावामुळेच योनी बाहेर येण्याचा करडांचा मार्ग सुलभ होतो. शेळीच्या प्रयत्नांनी दहा ते पंधरा मिनिटांत ही पिशवी पूर्णपणे बाहेर येते व आपोआप फुटून करडे बाहेर पडतात. शेळी त्या करडांना चाटून स्वच्छ करते. दोन किंवा तीन करडे असतील, तर दुसऱ्या वा तिसऱ्या करडाचे पाठीमागील पाय प्रथम बाहेर येऊन ते जन्माला येते. पहिल्या विताचा अपवाद वगळता, शेळ्यांना नंतर विताना मदतीची गरज सहसा लागत नाही; पण काही वेळा शेळीच्या अनियमित हालचाली किंवा किरकोळ अपघातांमुळे गर्भाशयातील करडांची नैसर्गिक अवस्था बदलते, त्यामुळे प्रसूतीची क्रिया त्रासदायक होते. अशा जोखमीच्या प्रसंगी त्वरित पशुवैद्यकांची मदत घ्यावी.

आणीबाणीच्या प्रसंगी डॉक्टरची गरज

शेळी विताना पिशवी बाहेर येऊनही १५ ते २० मिनिटांत करडू बाहेर आले नाही, तर तिला त्वरित एखाद्या चढाच्या बाजूने तोंड करून उभे करावे. काही वेळानंतर पुन्हा सपाट जमिनीवर उभे करावे. तरीही ती व्याली नाही, तर अनुभवी व्यक्तींची अथवा पशुवैद्यकीय अधिकाऱ्यांची मदत घ्यावी. काही वेळा दोन किंवा तीन करडांचा गुंता होऊन त्यांच्या जन्माची प्रक्रिया अवघड होते. कधी शेळीच्या विण्याची क्रिया पूर्ण होऊनही तिचा वार लवकर बाहेर पडत नाही. काही लोक या वाराला जड वस्तू बांधतात. मात्र, ही चुकीची पद्धत आहे. शेळी व्याल्यानंतर दोन ते चार तासांत तिचा वार पडला नाही, तर त्वरित पशुवैद्यकांचा सल्ला घ्यावा. जुळी किंवा तिळी करडे असलेल्या शेळ्यांच्या पोटात एखादे अर्भक मृतावस्थेत पोटात अडकून पडण्याची शक्यता असते. तसेच, शेळी व्याल्यानंतर साधारणतः शेळीचा वार दोन ते तीन तासांमध्ये पडतो. जर वार पडण्यास उशीर झाला तर त्वरित पशुवैद्यकांचा सल्ला घ्यावा, घरगुती पर्यायाचा वापर करू नये. यामुळे अनेक वेळा वाराचा अंश पोटात राहून पुढे गर्भाशयाच्या तक्रारी निर्माण होऊ शकतात.

चाऱ्याचे नियोजन

दुभत्या शेळ्यांना पूर्ण अन्नघटक मिळतील, असा चारा द्यावा. त्यामुळे त्यांची सुदृढता टिकून राहते आणि त्या चांगले दूध देतात.

चाऱ्याचा प्रकार	प्रतिदिन प्रमाण
हिरवा किंवा ओला चारा (ताजे गवत, मका, चवळी, लसूणघास, शेवरी, बरसीम, ओट, कडवळ)	३ ते ५ किलो
वाळलेले गवत (कडबा, भुईमुगाचा वाळलेला पाला, वाळलेला लसूणघास, हरभऱ्याचे किंवा तुरीचे भुसकट)	०.७ ते १ किलो
तयार खाद्य (धान्याचा भरडा किंवा मिश्रण, शेंगदाणा पेंड, गोळी पेंड)	०.३ ते ०.५ किलो

शेळीची स्वच्छता

शेळी व्याल्यानंतर तिच्या पोटातील करडे पूर्णपणे बाहेर पडल्याची खात्री करून घ्यावी. शेळीची कास, पाठीमागील भाग, पाय आदी अवयव पोटॅशियम परमँग्नेट टाकलेल्या कोमट पाण्याने नीट धुऊन कोरडे करावेत. तिला स्वच्छ, निर्जंतुक ठिकाणी ठेवावे. गूळ आणि खाद्यतेल टाकून शिजवलेली ज्वारीची किंवा बाजरीची खीर शेळीला द्यावी. या पोषक आहारामुळे नवजात करडांना पुरेसे दूध मिळते.

नवजात करडांची घ्यावयाची काळजी

नवजात करडे निरोगी, सशक्त, तजेलदार निपजावीत, यासाठी शेळीची गाभणकाळात विशेष काळजी घ्यावी लागते. शेळीपालन व्यवसायाचे बहुंताश यश नवजात करडांच्या संगोपनावर अवलंबून असते.

करडे गर्भात असताना घ्यावयाची काळजी

शेळीला माज आल्यानंतर तिला नैसर्गिक किंवा कृत्रिम पद्धतीने भरावे. त्यानंतर ती महिनाभरात पुन्हा माजावर आली नाही, तर ती गाभण राहिली असण्याची शक्यता अधिक असते. त्यासंदर्भात खात्री झाल्यानंतर तिच्या पाच महिन्यांच्या गाभणकाळातील संगोपनाचे चोख नियोजन करावे. सुरुवातीचे दोन–तीन महिने गर्भाची वाढ सावकाश होत असली तरी शेळीला सकस, पोषक आहार देणे गरजेचे असते. शेवटच्या दोन महिन्यांत करडांची गर्भातील शारीरिक वाढ पूर्ण होते. त्यामुळे, गाभण शेळी दूध देत असल्यास ती हळूहळू आटवावी. कारण तिने खाल्लेल्या अन्नातील बरेच घटक नैसर्गिकरीत्या दूधनिर्मितीसाठी वापरले जातात, त्यामुळे गर्भातील जिवाला पुरेसे संतुलित अन्नघटक मिळत नाहीत. गाभणकाळात शेळीला शेवटचे दोन–तीन महिने भरपूर हिरवा चारा आणि काही प्रमाणात वाळलेला चारा द्यावा. हिरव्या चाऱ्यातील क्षार, कॅल्शिअम आणि स्फुरदामधून आवश्यक ती जीवनसत्त्वे गर्भातील करडांना मिळतात, त्यामुळे त्यांची हाडे व स्नायू बळकट होतात; शिवाय शेळीला विण्याच्या वेळी पडणारा ताण सहन करण्याची शक्ती प्राप्त होते.

करडांच्या जन्मानंतर घ्यावयाची काळजी

गाभण शेळ्या ठेवण्यासाठी वापरली जाणारी जागा स्वच्छ, कोरडी असावी. ती जंतनाशकाचा उपयोग करून निर्जंतुक करावी. गवताचे किंवा बगॅसचे अंथरूण टाकण्यापूर्वी जमिनीवर चुन्याची पावडर टाकावी. शेळी विण्यापूर्वी ही काळजी आवर्जून घ्यावी. त्यामुळे नवजात

करडांच्या नाळेवाटे व तोंडावाटे रोगजंतूंचा शरीरात प्रवेश होऊन रोग होण्याचा धोका संभवत नाही. शेळ्या नैसर्गिकरीत्या करडांना जन्म देतात; परंतु जुळी किंवा तिळी करडे असल्यास, त्यांतील एखादे पिल्लू आडवे आले किंवा अन्य कोणत्याही कारणाने ते बाहेर येण्यात अडचण निर्माण झाल्यास त्वरित पशुवैद्यकीय सल्ला घ्यावा.

शेळी व्याल्यानंतर करडाच्या नाकपुड्यांतील पातळ पडदा काढून टाकावा, त्यामुळे त्याला श्वासोच्छ्वास सहजपणे करता येतो. त्याचे अंग शेळीला चाटू द्यावे. नंतर त्याला स्वच्छ जाड कपड्याने पुसून कोरडे करावे. त्यामुळे त्याला थंडी लागून न्यूमोनिया होण्याचा धोका राहत नाही. पिल्लाची नाळ शरीरापासून एक ते दीड इंच अंतरावर कापावी. त्यासाठी निर्जंतुक औषधात बुडवलेल्या कात्रीचा किंवा नवीन धारदार ब्लेडचा वापर करावा. कापलेल्या नाळेच्या ठिकाणी टिंक्चर आयोडीन लावावे. नाळेचे पुढील टोक स्वच्छ दोऱ्याने घट्ट बांधावे. करडे जन्मल्यानंतर १५ ते २० मिनिटांत हळूहळू उभे राहते व शेळीचे दूध पिण्याचा प्रयत्न करते; पण अशक्तपणामुळे त्याला ते जमत नसल्यास, त्याला उभे राहण्यासाठी मदत करून शेळीचे दूध पाजावे.

जन्मजात करडांना चीक आवश्यक

करडे जन्मल्यानंतर एक तासाच्या आत त्याला शेळीचे पहिले दूध म्हणजे 'चीक' मिळाला पाहिजे. त्याला पहिले तीन-चार दिवस भरपूर दूध मिळणे गरजेचे असते. या चिकातून करडाला रोगप्रतिकारक घटकद्रव्ये मिळतात. चिकामध्ये भरपूर प्रथिने, जीवनसत्त्वे, खनिजे असल्याने पिल्ले सशक्त व निरोगी राहण्यास मदत होते. शेळीला एकापेक्षा जास्त करडे झाल्यास त्या सर्वांना पुरेसा चीक मिळेल, याची दक्षता घ्यावी. काही शेळ्यांमध्ये करडे देण्याचे प्रमाण जास्त असते, त्यामुळे सर्व करडांना गरजेइतपत दूध मिळत नाही. अशा वेळी गायीचे दूध करडांना पाजले तरी चालते.

शेळीपासून करडांना वेगळे ठेवून वाढवावे

नवीन करडांना जन्मानंतर चार ते पाच दिवसांनी स्वतंत्र जागेत ठेवावे. ती शेळीजवळ असल्यास सतत दूध पिण्याचा प्रयत्न करतात. परिणामी अशी करडे स्वतंत्रपणे चारा खाण्यास लवकर शिकत नाहीत. करडे व शेळी या दोहोंच्या हितासाठी करडांना केवळ सकाळी व संध्याकाळी ठरावीक वेळी दूध पिण्यासाठी सोडावे. करडांचे थंडीपासून रक्षण करण्यासाठी गोठ्यात आवश्यक उपाययोजना कराव्यात.

करडांना दूध व खाद्य देण्याचे नियोजन

नवजात करडांना गोठ्यात सोडल्यानंतर नैसर्गिकपणे त्यांचा चांगला व्यायाम होईल, याची काळजी घ्यावी. पिल्लांना लागणारे दूध दिवसातून दोन-तीन वेळा विभागून द्यावे. दूध देण्याची वेळ एकदा ठरवली, की त्यात फारसा बदल करू नये. त्यामुळे करडांची पचनक्षमता चांगली राहते. दूध पाजण्याची भांडी, जागा स्वच्छ ठेवावी. अस्वच्छतेमुळे रोगजंतू पिल्लांच्या शरीरात शिरकाव करतात. करडे दोन-तीन आठवड्यांचे झाले, की त्याला झाडपाला खाण्याची सवय हळूहळू लावावी. शेवरीचा पाला करडांना आवडतो, त्यामुळे ती लवकर चारा खायला शिकतात. लहान करडे चारा खाऊ लागल्यानंतर दूध पिण्याचे त्यांचे प्रमाण कमी करत न्यावे आणि अडीच ते तीन महिन्यांनी पूर्णपणे बंद करावे. दूध अचानक बंद केले व फक्त चाराच दिला, तर त्यांच्या पचनक्रियेत बिघाड होतो. लहान करडांना पावसाळ्यानंतर कोवळ्या गवतावर चरावयास सोडू नये. या गवतामुळे त्यांना जुलाब होण्याची शक्यता असते. हा आजार वेळीच आटोक्यात आला नाही, तर शरीरातील पाण्याचे प्रमाण कमी होऊन त्यांचा मृत्यूही होऊ शकतो.

करडांना नियमितपणे जंतनाशके पाजावीत

शेळ्यांना व करडांना जंतांचा प्रादुर्भाव वर्षातील बाराही महिने होण्याची शक्यता असते. करडांना हा त्रास सुरू झाल्यास त्यांची वाढ खुंटते. जंतांची बाधा झालेली करडे किंवा शेळ्या यांना कितीही खाऊ घातले, तरी ती मलूल दिसतात. त्यांच्या अंगावरील केस राठ व पिंजारलेले दिसतात. त्यांच्या विष्ठेची लेंडी बनत नाही, ती पातळ राहते. त्यांच्या जबड्याखाली सूज येते व शेळ्यांच्या पापण्या पांढुरक्या होतात. करडांचे पोट डबरे, फुगलेले दिसते. अशा करडांना बाजारात चांगली किंमत मिळत नाही. करडांमधील जंतांचे प्रमाण वाढल्यास ती दगावण्याची भीती असते. जंतांचा प्रसार मल-मूत्राद्वारे एका जनावरापासून दुसऱ्या जनावरांना होतो. नंतर उपचारासाठी धावपळ करण्याऐवजी, हा रोग होऊच नये यासाठी प्रतिबंधात्मक उपाययोजना करणे कधीही चांगले.

जंतावरील प्रतिबंधात्मक उपाय

पावसाळ्यात साठणाऱ्या पाण्याच्या डबक्यांत जंतांची अंडी मोठ्या प्रमाणावर साठत असतात. असे पाणी शेळ्या, करडे किंवा इतर जनावरे यांनी पिल्यास जंतांचा प्रादुर्भाव वेगात होतो. गोळ्या, पातळ औषध, भुकटी, इंजेक्शन अशा विविध प्रकारांत जंतनाशके मिळतात. त्यांच्या वापराचे नियोजन पशुवैद्यकांच्या सल्ल्याने करावे, त्यासाठी वार्षिक वेळापत्रकच तयार करावे. करडे एक–दोन महिन्यांचे झाल्यापासून त्याला नियमितपणे अडीच ते तीन महिन्यांच्या अंतराने जंतनाशके पाजावीत. ही औषधे अधूनमधून बदलून द्यावीत. करडांप्रमाणेच मोठ्या शेळ्यांनाही तीन ते चार महिन्यांच्या अंतराने औषधे पाजावीत. शेळ्या व करडे यांना किमान उन्हाळ्यानंतर, पावसाळ्यानंतर व उन्हाळ्यापूर्वी जंतनाशके पाजणे अत्यंत गरजेचे असते, त्यात कोणत्याही परिस्थितीत कसूर होऊ देऊ नये.

करडांची शारीरिक वाढ

शेळीपालनविषयक क्षेत्रात काम करणाऱ्या विविध संस्था व पशुसंवर्धन विभाग यांनी आपल्याकडील हवामान व शेळ्यांच्या जाती यांचे सर्वेक्षण केले आहे. त्यातील निष्कर्षांनुसार करडांचे वजन पुढीलप्रमाणे वाढत असते :

पहिल्या महिन्यात	६५ ते ८० ग्रॅम प्रतिदिनी
दुसऱ्या महिन्यात	६० ते ६५ ग्रॅम प्रतिदिनी
तिसऱ्या महिन्यात	५५ ते ६० ग्रॅम प्रतिदिनी
चौथ्या महिन्यात	५० ते ५५ ग्रॅम प्रतिदिनी
पाचव्या महिन्यात	४५ ते ५० ग्रॅम प्रतिदिनी
सहाव्या महिन्यात	४० ते ५० ग्रॅम प्रतिदिनी

वयाच्या सातव्या महिन्यापासून बारा महिन्यांपर्यंत नर करडाचे वजन प्रत्येक महिन्याला दीड ते अडीच किलो; तर मादीचे वजन दरमहा एक ते दोन किलोंनी वाढते. खाद्याचे चांगले नियोजन असलेले नर व मादी याच वयात माजावर येतात. मात्र, या वयातील मादी माजावर आली, तरी हे वय पैदाशीसाठी योग्य नसते. अशी लहान करडे भरल्यास त्यांच्यापासून निपजणारी करडे अशक्त असतात, शिवाय या माद्यांमध्ये जुळी करडे देण्याचे प्रमाण कमी असते. थोडक्यात, लहान वयात करडे भरली गेल्यास भविष्यात त्यांच्यातील प्रजनन क्षमतेवर वाईट परिणाम होतात. वयाच्या सहा महिन्यांनंतर नर व मादी करडे स्वतंत्र ठेवावीत.

लहान करडांचे खच्चीकरण

पैदाशीसाठी नराची निवड केल्यानंतर, इतर नर करडे लहान असतानाच त्यांचे खच्चीकरण करावे. ही प्रक्रिया घरगुती पद्धतीने करणे जोखमीचे असते, त्यामुळे पशुवैद्यकांच्या मार्गदर्शनाखालीच हे काम करावे. मांसोत्पादनासाठी वाढवल्या जाणाऱ्या नरांची वाढ खच्चीकरणानंतर जोमाने होते. त्यांच्या मांसाची प्रतही चांगली असते.

करडांची विक्री

शेळीच्या मांसाला वर्षातील बाराही महिने मागणी असते. तथापि, चातुर्मासात मांसाहार न करणाऱ्यांची संख्या जास्त असल्यामुळे या कालावधीत हे प्रमाण कमी असते. त्याचा परिणाम भाव घसरण्यात होतो. चातुर्मासानंतर मात्र बाजारपेठेतील उलाढाल पुन्हा वाढते. ही वेळ साधून करडे विक्रीसाठी काढणे फायदेशीर ठरते. त्यासाठी शेळ्या एकाच वेळी माजावर येतील, असे नियोजन आधुनिक पद्धतीने करता येते. तीन महिन्यांपर्यंतची करडे अतिशय कमी खर्चात पोसलेली असतात. त्यापेक्षा अधिक वयाच्या करडांच्या देखभालीसाठी जास्त खर्च येतो. आठ ते दहा महिन्यांच्या दरम्यान वय असलेल्या करडांना मांसासाठी अधिक मागणी असते, शिवाय त्यांचे मांसही चवदार असते. त्यात १७ टक्के प्रथिने असतात. त्यामुळे जाणकारांकडून अशा करडांना विशेष पसंती दिली जाते.

करडांची योग्य किंमत

बाजारात करडांना नेमकी किती किंमत मिळेल, याची शाश्वती नसते. त्यामुळे करडे विक्रीसाठी नेण्यापूर्वी संबंधित बाजारपेठेतील भाव आधी माहीत करून घ्यावेत. करडाच्या एकूण वजनाच्या पन्नास टक्के मांस मिळते, त्यामुळे करडाचे वजन व मांसाचे दर यांचा ताळमेळ घालून करडाची किंमत ठरवावी. व्यापाऱ्यांना करडांपासून मांसोत्पादनाबरोबर कातडी व मुंडी यांच्यापासूनही फायदा मिळतो.

शेळ्यांचे खाद्य व पाणी व्यवस्थापन

शेळ्यांना निव्वळ वाळलेली वैरण किंवा फक्त ओला चारा पुरेसा नसतो, तर या दोन्ही प्रकारचे खाद्य आवश्यक असते. त्यामुळे यासंदर्भात आधी योग्य नियोजन करूनच व्यवसायास सुरुवात करावी.

पोषक अन्नघटकांची गरज

स्थानिक जातीच्या शेळ्यांमध्ये दुधाचे प्रमाण जेमतेम असते, त्यामुळे त्यांचा वापर प्रामुख्याने मांस उत्पादनासाठी केला जातो. शेळी गाभण असताना तिला पोषक अन्नघटकांची गरज असते, त्यावरच तिच्या करडांचे पुढील पोषण अवलंबून असते. अशा वेळी शेळ्यांना ओला व वाळलेला चारा, भरडधान्याचे मिश्रण आणि तयार खाद्य योग्य प्रमाणात द्यावे.

खुराकाचे प्रमाण

सर्वसाधारण शेळ्यांना रोज १५० ते २०० ग्रॅम खुराक द्यावा. गर्भारावस्थेतील शेळ्यांना पैदाशीचा काळ सुरु होताच आधीपासूनच २०० ते ३०० ग्रॅम खुराक द्यावा. त्यामुळे करडांची वाढ चांगली होते, शिवाय त्यांना जन्माला घालण्यासाठी शेळीमध्ये ताकद निर्माण होते. गाभण शेळ्यांना रोज चार ते सहा किलो ओला चारा आणि एक किलो वाळलेली वैरण द्यावी. चाऱ्यात द्विदल धान्य व भरडधान्याचा समावेश करावा. व्यायलेल्या शेळ्यांची कमी झालेली शक्ती भरून येण्यासाठी त्यांना नेहमीपेक्षा जास्त आहार द्यावा.

पैदाशीचा काळ नसताना बोकडांना रोज ३०० ग्रॅम खाद्य, पाच ते सहा किलो ओला चारा आणि एक ते सव्वा किलो वाळलेला चारा द्यावा. पैदाशीच्या काळात मात्र खुराकाचे प्रमाण ४०० ते ५०० ग्रॅमपर्यंत वाढवावे. मोड आलेली मटकी, सातू खाण्यास द्यावेत. त्यामुळे पैदाशीसाठी नरांमध्ये जोम येऊन शरीराची झीज भरण्यास मदत होते. लहान करडांना रोज ५० ते १०० ग्रॅम खुराक द्यावा. करडे मोठी होऊ लागल्यावर खुराकाचे प्रमाण २०० ग्रॅमपर्यंत

वाढवावे. वाढत्या वयातील करडांना सकस चारा द्यावा.

बाजारातील पशुखाद्य

बाजारात अनेक प्रकारचे पशुखाद्य उपलब्ध आहे. पेंडस्वरूपातील प्रथिनयुक्त खाद्याचा वापर सर्वसाधारण शेळ्या, करडे, गाभण शेळ्या यांच्यासाठी करावा. खाद्य भुकटीस्वरूपात असल्यास ते श्वासावाटे श्वसननलिकेत जाऊन शेळ्यांना ठसका लागतो, शिवाय खाद्याचे कण फुफ्फुसात जाऊन त्यांना खोकल्याचा कायमस्वरूपी आजार होऊ शकतो. त्यामुळे असे खाद्य द्यायचे असल्यास ते ओलावून द्यावे. बाजारपेठेत अनेक वेळा भेसळयुक्त खाद्यही विकले जाते. त्यामुळे शेळ्यांसाठी वापरले जाणारे खाद्य दर्जेदार कंपनीचे व विनाभेसळ असल्याची खात्री करावी. दुसरा पर्याय म्हणजे, घरी विविध अन्नघटकांपासून तयार केलेले भरडधान्य देणे. भरडधान्यासाठी वापरल्या जाणाऱ्या अन्नघटकांमध्ये प्रथिने व कर्बोदकांचे प्रमाण किती असते, याविषयीची माहिती करून घ्यावी. भरड मिश्रण तयार करण्यासाठी मका, ज्वारी, बार्ली, सातू, निळवा, गव्हाचा कोंडा, भाताचा कोंडा, शेंगदाणा, करडई, सरकी, सूर्यफूल, पेंड यांचा वापर करावा. या खेरीज तूर, हरभरा, उडीद, मूग, मसूर यांच्या डाळी वापरणेही लाभदायक ठरते.

वाळलेला चारा

इतर जनावरांच्या तुलनेत शेळ्यांना शुष्क अन्नाची गरज अधिक असते. त्यामुळे ओल्या चाऱ्याबरोबर वाळलेला चाराही त्यांच्यासाठी गरजेचा असतो. त्याचे प्रकार असे –

ज्वारीचा कडबा : वाळलेला चारा मिळवण्यासाठी शेतात दाट कडवळ पेरावे. कडवळ पोटऱ्यांत असताना कापून सावलीत वाळवावे. त्यामुळे पालेदार वैरण तयार होते. ताटाचे बुंधे लहान असल्याने अशी वैरण शेळ्या पूर्णपणे खातात. ही वैरण कसदार असते. कणसे कापणीनंतर हाती येणारी व उन्हात वाळवलेली वैरण फारशी कसदार नसते.

वाळलेला मका : मक्याच्या कणसांचे उत्पादन घेऊन राहिलेली ताटे वाळवून मिळणारी वैरण कसदार नसते. त्यामुळे खास चाऱ्यासाठी मक्याचे पीक घ्यावे आणि कणसे कोवळी असतानाच ती ताटे काढून सावलीत वाळवून ठेवावीत. त्याची कुट्टी करून शेळ्यांना दिल्यास ती वाया जात नाही.

भुईमुगाचा पाला : भुईमुगाच्या हंगामात पिकाची काढणी झाल्यानंतर अर्धवट ओले वेल सावलीत वाळवून ठेवावेत. हे वेल चवदार असल्याने शेळ्या पूर्ण क्षमतेने खातात. मात्र, ते नीट वाळवले नाहीत, तर पावसाळ्यात वेलींना बुरशी लागते.

तूर-हरभरा कांड व भूस : तूर किंवा हरभरा करताना अनेक वेळा अपूर्ण वाढलेले दाणे, पाला किंवा कोवळ्या शेंड्यांचा भाग खळ्याच्या तोंडाशी गोळा होतो. हरभऱ्याची फोलपटे, फ ुटके किंवा अपूर्ण वाढलेले दाणे त्यात असतात. हा भुस्सा शेळ्यांना रोज दिल्यास त्या चवीने खातात. त्यातून पोषक घटक मिळतात.

वाळवलेला लसूणघास किंवा बरसीमघास : मोठ्या प्रमाणात लसूणघास किंवा बरसीम-घासाचे उत्पादन घेतल्यास तो सावलीत वाळवून शेळ्यांना देता येतो. मात्र, त्यातील लहान पाने गळून पडतात व तो वाया जातो. त्यामुळे हा चारा शेळ्यांऐवजी करडांना देणे अधिक योग्य ठरते.

ओला चारा

शेळ्यांच्या आहारात ओला चारा मुख्य घटक असतो. त्यामुळे आज बंदिस्त शेळीपालनातही त्याची सोय करावीच लागते. रानावनात, मैदानात चरावयास जाणाऱ्या शेळ्या इकडेतिकडे फिरताना आपल्या आवडीचा चारा खाऊन स्वत:ची गरज भागवतात. मात्र, ठाणबंद शेळीपालनात त्यांना हा पर्याय नसतो. त्यांना जे दिले जाते, तेच खावे लागते. अशा परिस्थितीत शेळ्या नावडता चारा अल्प प्रमाणात खातात. त्याचा परिणाम दुधाच्या वा मांसाच्या उत्पादनावर होतो. त्यामुळे शेळ्यांना कोणता चारा अधिक आवडतो, याचा नीट अभ्यास करूनच तो उपलब्ध करून द्यावा. हिरवा मका, बाजरीचे ओले सरमाड, मेथीघास, द्विदल धान्य चारा, एकदल धान्य चारा, झाडपाला, ओल्या शेंगा आदींचा उपयोग ओल्या चाऱ्यासाठी करावा.

द्विदल चारा : लसूणघास, बरसीम, शेवरी, भुईमूगपाला, सुबाभूळ, चवळी, कुलथी, मटकी.

एकदल चारा : ज्वारीचे कडवळ, बाजरीचे सरमाड, ओला मका, सातू.

हादगा, अंजन, बोर, चिंच, पिंपळ, ग्लिरिसिडीया, देशी बाभूळ, कवठ, लिंब, जांभूळ, निलगिरी, अशोक, विलायती चिंच, उंबर, वड, बेल यांच्यासह विविध प्रकारची झाडेझुडपे व वेली शेळ्यांना आवडतात. स्टायलो, गजराज, नेपिअर, पॅराग्रास, कुंदा, हरळी व इतर गवती वनस्पतीही चारा म्हणून आवर्जून दिल्या जातात.

हिरव्या चाऱ्याची पिके किंवा झाडपाला पावसाळ्यात मुबलक उपलब्ध असतो. त्यांचा उपयोग करून उन्हाळ्यातील चाऱ्याची सोय करता येते. त्यासाठी व्यावसायिकांनी हा ओला चारा सावलीत सुकवून ठेवावा. उन्हाळ्यासाठी मुरघास करून ठेवला तरी शेळ्या तो आवडीने खातात.

सर्वांगीण वाढीसाठी सकस आहार

शेळ्यांच्या सर्वांगीण वाढीसाठी ओला व सुका चारा, तसेच आवश्यक अन्नद्रव्ये असलेले इतर

खाद्य गरजेचे असते. त्यामुळे शेळ्यांचा आहारासंदर्भातील चोखंदळपणा आणि आहारातून त्यांना मिळणारे अन्नघटक, याविषयी शेळीपालकाला किमान माहिती असावी लागते.

आहारातील अन्नद्रव्ये

प्रथिने (Proteins) : प्रथिने म्हणजे विविध ॲमिनो आम्लांची साखळी होय. ही आम्ले शेळ्यांना खाद्यातून द्यावी लागतात. रवंथ करणाऱ्या जनावरांच्या कोठीपोटात विशिष्ट जिवाणू असतात. या जिवाणूंमुळे आहारावर प्रक्रिया होऊन आम्ले आपोआप तयार होतात. पेशींची झीज भरून काढणे, शरीराची आणि गर्भाची वाढ करणे, दुग्धोत्पादन, मांसोत्पादन, तसेच पाचक रस तयार करण्याचे काम प्रथिने करतात. त्यामुळे शेळीसह इतर जनावरांच्या शरीरात प्रथिने योग्य प्रमाणात असणे अत्यावश्यक असते, ती कमी असल्यास विविध समस्या निर्माण होतात. शेळ्यांच्या शरीरातील प्रत्येक पेशीची जडणघडण प्रथिनांवर अवलंबून असते. याशिवाय शुक्रजंतूंच्या निर्मितीतही प्रथिने मुख्य घटक असतात. प्रथिनांच्या अभावामुळे शेळ्यांची वाढ खुंटते, वजन घटते, कातडी सुकलेली दिसते, केस आपोआप गळतात, प्रजननशक्ती कमी होते, मांसाचे उत्पादन घटते.

आहारातील पुढील घटकांपासून प्रथिने मिळतात :

कडधान्ये : तूर, मूग, हरभरा, उडीद, मटकी, चवळी, वाटाणा व सोयाबीन.

द्विदल पिके : मेथीघास, बरसीम, शेवरी, सुबाभूळ, कडधान्यांचा चारा.

पेंड : शेंगदाणा, सरकी, खोबरा, जवस, मोहरी, तीळ, सूर्यफूल, सोयाबीन, निंबोळी, अंबाडी, करडी, कारळे यांच्यापासून बनवलेली पेंड.

भुईमूग पेंड, सरकी पेंड तसेच लुसर्न, बरसीम, चवळी या हिरव्या चाऱ्यांमध्ये प्रथिनांचे प्रमाण अधिक असते, त्यामुळे शेळ्यांच्या आहारात या खाद्यांचा समावेश आवर्जून करावा.

कर्बोदके (पिष्टमय पदार्थ) : कर्बोदकांमधून शरीरास ऊर्जा मिळते. काही वेळा नियमित आहारातील घटकांमधून शरीरास पुरेशी कर्बोदके मिळत नाहीत. अशा वेळी शरीरास ऊर्जेचा पुरवठा सुरळीत राहावा, म्हणून स्निग्ध पदार्थ आणि प्रथिने यांचे रूपांतर कर्बोदकांमध्ये होते. मात्र, असे रूपांतर प्रमाणापेक्षा जास्त झाल्यास शेळी आजारी पडण्याची शक्यता असते. त्यामुळे कर्बोदके देणाऱ्या आहाराचा समावेश शेळ्यांच्या आहारात असेल, याची काळजी घ्यावी. पशूंच्या आहारात कर्बोदकांपासून मिळणारी ऊर्जा इतर अन्नघटकांपासून मिळणाऱ्या ऊर्जेपेक्षा जास्त असते. शेळ्यांच्या पचनक्रियेत पिष्टमय पदार्थांचे ग्लुकोजमध्ये व रक्तात रूपांतर होते. ग्लुकोजचे मंद ज्वलन होऊन ऊर्जा निर्माण होते.

कर्बोदकांच्या अभावामुळे शेळ्यांची वाढ खुंटून वजन घटते; दूध, मांस, लोकर यांचे उत्पादन घटते, शेळ्यांना अशक्तपणा येतो. त्यामुळे उपचाराचा खर्च वाढतो व उत्पन्न घटते.

तृणवर्गीय वनस्पतींमध्ये कर्बोदकांचे प्रमाण अधिक असते.

तृणधान्य पिके : ज्वारी, मका, ओट, बाजरी, गहू, तांदूळ, बार्ली, रागी, सातू, राळे इत्यादी.

स्निग्ध पदार्थ (तेलयुक्त पदार्थ) : स्निग्ध पदार्थांपासूनही शरीराला ऊर्जेचा पुरवठा होतो. दुग्ध उत्पादनासाठी शेळीला स्निग्ध पदार्थांची गरज असते. तिच्या मांसामध्ये स्निग्धांश कमी असतात, ते पोटातील अवयवांभोवती साठलेले असतात. स्निग्ध पदार्थांच्या कमतरतेमुळे वाढ खुंटणे, उत्पादन घटणे, गर्भपात होणे, मृत करडे जन्माला येणे असे प्रकार होतात. मात्र, शेळ्यांच्या एकूण आहारात सहा टक्क्यांपेक्षा जास्त स्निग्ध पदार्थ नसावेत. सरकी आणि इतर तेलबियांची पेंड यामध्ये स्निग्ध पदार्थाचे प्रमाण अधिक असते.

तंतुमय पदार्थ : शेळ्यांची भूक भागण्यासाठी तंतुमय पदार्थाची गरज असते. कडबा तसेच हिरव्या चाऱ्यामध्ये मका, बाजरीचा कडबा, गवत यांत तंतुमय पदार्थांचे प्रमाण जास्त असते. त्यांच्या सेवनामुळे जनावरांचे पोट भरते. हा आहार पचण्यास जड असल्याने, तो पचनसंस्थेत अधिक काळ राहतो.

क्षार व खनिजे : शेळ्यांच्या शरीराची वाढ, गाभणकाळातील अन्नघटकांची गरज, रक्तातील क्षारांचा समतोल, हाडे व दात यांचे बळकटीकरण यासाठी खनिजांची आवश्यकता असते. कॅल्शिअम आणि फॉस्फरस हे दूधनिर्मितीसाठी गरजेचे असतात. कॅल्शिअम, फॉस्फरस, पोटॅशिअम, सोडिअम, मॅग्नेशिअम, क्लोरिन, गंधक हे मूलभूत क्षार व लोह, तांबे, आयोडीन, कोबाल्ट, मँगेनीज, झिंक, सेलेनिअम, मॉलीब्डेनम, फ्लोरीन, क्रोमीअम ही खनिजे सूक्ष्म प्रमाणात आहाराद्वारे शेळ्यांना व करडांना मिळतील, असे आहाराचे नियोजन करावे.

जीवनसत्त्वे : शरीराच्या वाढीसाठी जीवनसत्त्वे आवश्यक असतात. 'ब' आणि 'क' ही जीवनसत्त्वे जनावरे त्यांना मिळणाऱ्या आहारातून स्वतः तयार करतात. मात्र, 'अ' जीवनसत्त्वाचा पुरवठा आहारातून करावा लागतो. 'ड' जीवनसत्त्व सूर्यप्रकाशातून; तर 'ई' जीवनसत्त्व मोड आलेल्या धान्यांतून मिळते. शेळ्यांना चाटण्यासाठी गोठ्यात क्षारांच्या विटा बांधल्या जातात. या विटा चाटल्यामुळे शेळ्यांना व करडांना आवश्यक असे क्षार मिळतात. मात्र, अनेकांना

क्षारांच्या विटा बांधणे खर्चीक वाटते व ते याकडे दुर्लक्ष करतात. बाजारात मिळणारा कळीचा चुना शेळीच्या आहारात वापरल्यास त्यातून त्यांना कॅल्शिअम मिळते, त्यामुळे क्षारमिश्रणाचा खर्च आटोक्यात ठेवता येतो. शेळ्यांच्या व करडांच्या आहारात कळीचा चुना किती वापरावा, हे पशुवैद्यकांशी बोलून ठरवावे. कॅल्शिअमची कमतरता असल्यास शेळ्या माती खातात, गोठ्याच्या भिंती चाटत राहतात. जीवनसत्त्वांच्या अभावी त्यांची रोगप्रतिकारक्षमता आणि पचनशक्ती कमी होते व त्यांना विविध विकारांना सामोरे जावे लागते, त्यामुळे आवश्यक जीवनसत्त्वांचा समावेश असलेला आहार त्यांना द्यावा. (खनिजे आणि जीवनसत्त्वे देणाऱ्या आहाराचा तक्ता पान क्र. ६६–६८ वर पाहा.)

पिण्याचे पाणी

शेळ्यांनी खाल्लेला चारा–खुराक मऊ होण्यास, अन्न विरघळण्यास, रक्तात मिसळण्यास व आहारद्रव्यांची वाहतूक सुरळीत होण्यास पाण्यामुळे मदत होते. शरीरातील पाण्याचे प्रमाण कमी झाल्यास अनेक दुष्परिणाम होतात.

कमी पाण्याचे परिणाम

- रोगप्रतिकारकक्षमता घटते.
- अपचन होऊन विविध आजार होऊ शकतात.
- जनावराचे वजन घटते, त्यामुळे उत्पादनावर परिणाम होतो.
- मूत्राचे प्रमाण कमी होते. डोळे खोल जातात व जनावरे अशक्त दिसू लागतात.
- गाभण राहण्याच्या प्रक्रियेत अशक्तपणामुळे अडथळे निर्माण होतात.
- मादी करडे लवकर माजावर येत नाहीत.
- जनावरांची रक्ताभिसरण क्रिया मंदावते.
- शरीरात पाण्याचे प्रमाण सातत्याने कमी राहिल्यास जनावराचा मृत्यू ओढवतो.

जनावरांच्या पाण्यासाठी घ्यावयाची काळजी

- पाणी चवदार, स्वच्छ व निर्जंतुक असावे.
- शेळ्यांना उन्हाळ्यात थंड व हिवाळ्यात कोमट पाणी द्यावे.
- पावसाळ्यात खड्ड्यांत साचलेले गढूळ पाणी पाजू नये. अशा पाण्यातील रोगजंतू शेळ्यांच्या शरीरात प्रवेश करतात, त्यामुळे विविध आजारांची लागण होऊ शकते.

- गाभणकाळ, दूध उत्पादनकाळ व करडांची वाढ या अवस्थांमध्ये पाण्याची गरज जास्त असते.
- खारट व क्षारयुक्त पाणी पाजू नये, त्यातून विविध विकार जडतात.
- शेळीला दिवसाला चार ते पाच लीटर पाण्याची गरज असते.
- हवामान, शेळ्यांचे आकारमान, खाद्यप्रकार, गाभण किंवा दुभते, प्रजोत्पादन क्षमता, पाण्याची गुणवत्ता या सर्वांचा विचार करून पाणी पाजण्याचे प्रमाण व वेळा निश्चित कराव्यात, त्यासाठी पशुवैद्यकांचा सल्ला घ्यावा.
- बंदिस्त पद्धतीने शेळीपालन करताना पाण्याची भांडी नियमित स्वच्छ करावीत. सकाळी ९ ते १०, तर दुपारनंतर ४ ते ५ या दरम्यान पाणी पाजावे.
- शेळ्यांचे संगोपन चराऊ पद्धतीने करताना अनेक वेळा सार्वजनिक तळ्यातील पाणी शेळ्या पितात. त्या सगळ्यांची लाळ पाण्यात मिसळते. त्यातून रोगग्रस्त शेळीची लाळ निरोगी शेळ्यांच्या शरीरात गेल्यास विविध रोगांचा प्रसार होऊ शकतो.
- गढूळ पाणी वापरण्याखेरीज गत्यंतर नसल्यास त्या पाण्यावर रात्री तुरटी फिरवावी, त्यातील गाळ तळाशी बसल्यानंतर सकाळी वरचे स्वच्छ पाणी वापरावे.
- खूप तहानलेल्या शेळ्यांनी उन्हातून आल्यानंतर पाण्याचे अतिसेवन केल्यास अतिसार होण्याची शक्यता असते.
- पिण्याचे पाणी सावलीत ठेवावे. उन्हात तापलेले पाणी शेळ्या कमी पितात, शिवाय उघड्यावर ठेवलेल्या पाण्यात कचरा व डासांद्वारे रोगजंतूंचा प्रसार होऊ शकतो.

या सर्व बाबी वरकरणी किरकोळ वाटल्या, तरी अत्यंत महत्त्वाच्या आहेत.

अल्प प्रमाणात लागणारी खनिजे

नाव	आवश्यकता	कमतरतेचे परिणाम	खनिज पुरवठ्याचे स्रोत
पोटॅशिअम	पेशीतील घटक – प्रथिने व कर्बोदकांच्या पचनासाठी, मज्जातंतू व स्नायू यांच्या संदेशवहनासाठी	पेशीभागात अशक्तपणा जाणवतो. जास्त प्रमाणामुळे मॅग्नेशिअम खनिजाच्या आतड्यातील पचनात अडथळा येतो.	वनस्ती
मॅग्नेशिअम	मज्जातंतू, हाडे, दात यांचे कार्य सुरळीत चालते. हा क्षार पेशीमधील संप्रेरके व दूध उत्पादनासाठीही लागतो.	अभावामुळे टिटॅनी रोग होतो. यकृत व मूत्रपिंड सुजते. चक्कर येऊन करडे मरतात.	हिरवा चारा, सरकी पेंड
लोह	प्राणवायू रक्ताद्वारे पेशींपर्यंत पोहोचवणे, सर्व शरीरकार्याचे संतुलन ठेवणे, हिमोग्लोबिनमध्ये ६५ टक्के पर्यंत लोह असते.	अनिमिया (रक्तक्षय) होतो. अशक्तपणा येतो. भूक मंदावते, दूध कमी होते, वाढ खुंटते, करडे वयात लवकर येत नाहीत.	हिरवा चारा, अंडी, फेरस सल्फेट, फेरिक ऑक्साईड
सोडिअम व क्लोरीन	रक्तातील व पेशीबाहेरील द्रवातील हा घटक शरीराची आम्ल विम्लता राखण्यास मदत करतो. पाणी पिण्यात येऊन पचनास मदत होते.	पेशीरसांचे संतुलन बिघडते. हृदयावर ताण पडून रक्ताभिसरण क्रिया मंदावते. मज्जासंस्थेचे विकार वाढतात. दूध व वजन घटते.	प्राणिजन्य खाद्यपदार्थ, सोडिअम क्लोराईड (मीठ)
झिंक (जस्त)	पिष्टमय पदार्थ व प्रथिनांच्या जठर व आतड्यातील पचनास उपयुक्त (हा क्षार हाडांत साठवला जातो.)	केसांची व शरीराची वाढ खुंटते, जनावर उशिरा माजावर येते.	करडई बिया, मळी

नाव	आवश्यकता	कमतरतेचे परिणाम	खनिज पुरवठ्याचे स्रोत
मँगेनीज	अनेक पाचकद्रव्यांची निर्मिती, हाडांची वाढ, अमायनो आम्लांचे पचन, प्रजननक्षमता टिकवणे	वाढ खुंटते, जनावरे लंगडतात, प्रजनन कार्य बिघडते.	एकदल धान्ये, तांदूळ– पॉलिश मँगेनीज सल्फेट
गंधक	अमायनो आम्लांची निर्मिती	–	हिरवा चारा, सरकी, सरकी पेंड
तांबे	मज्ञातंतूंचे कार्य, रक्तपेशी तयार होण्यास पूरक तांबड्या पेशींच्या वाढीस चालना.	केस गळतात, लंगडणे, सांधे सुजतात, हाडे ठिसूळ होतात.	हिरवा चारा, शेंग – पेंड, हाडांचा चुरा, कॉपर सल्फेट
आयोडीन	थायरॉइड ग्रंथीतील हार्मोन अंत:स्रावाची निर्मिती, शरीरवाढ, वयात येणे, पिष्टमय पदार्थांचे पचन, मज्ञासंस्था व प्रजननकार्यास मदत, केसांची वाढ.	गळा सुजतो. (गॉइटर) वाढ व बौद्धिक वाढ कमी होते. निकृष्ट प्रजनन, केस गळतात.	पोटॅश आयोडाईड, मीठ, समुद्रातून मिळणारे पदार्थ
सेलेनिअम	प्रजननक्षमता टिकवणे	माजावर न येणे, गाभण न राहणे	सेलेनिअम ऑक्साईड
कोबाल्ट	बी १२ जीवनसत्त्वाचे शरीरातील व दुधातील प्रमाणात वाढ	भूक मंदावते, कृषपणा वाढतो, केस व लाकडे चावतात.	कोबाल्ट सल्फेट, कोबाल्ड क्लोराईड

जीवनसत्त्वे देणारा आहार

जीवनसत्त्व	गरज/आवश्यकता	अभावी होणारे दुष्परिणाम	जीवनसत्त्वे देणारे पदार्थ
अ	त्वचा व डोळे यांच्या आरोग्यासाठी रोगप्रतिकारकशक्ती, गाभण राहणे	त्वचेचे रोग, रातआंधळेपणा, डोळ्यांचे बुबुळ पांढरे पडणे	शार्क व कॉड लिव्हर ऑईल, गाजर व त्याचा पाला, मेथीघास, सोयाबीन व ओट चारा, हिरवा चारा
बी, बी१, बी२, बी५, बी६, बी१२	शरीरवाढ, पचनाचे आजार, रक्तवर्धक, चेतासंस्थांच्या आरोग्यासाठी	वाढ खुंटणे, बेरीबेरी, अशक्तपणा, ॲनिमिया	ओट, सोयाबीन, गव्हाचा भरडा, कडधान्याचा कोंडा, मेथीघास, हिरवा मका
सी	शरीराची वाढ, हाडांची वाढ, चांगले आरोग्य	वाढ खुंटणे, अशक्तपणा, स्कर्व्ही रोग, माजावर येण्याचे प्रमाण कमी होते	गाजर, हिरवी वैरण, लिंबू, टोमॅटो
डी	त्वचेची निगा, हाडांची वाढ, शरीर व जननेंद्रियांची वाढ, कॅल्शिअम व स्फुरद यांचा समतोल राखणे	अस्थीचा ठिसूळपणा, मुडदूस, त्वचेचे रोग, मायांग बाहेर येणे	सूर्यकिरण, शेंगदाणे, करडी, सरकी व त्यांची पेंड
ई	योग्य प्रजनन, दुधात वाढ, जननेंद्रियांची वाढ, स्नायूंना बळकटी	खुरटेपणा, अधिक भाकडकाळ, वांझपणा, उलटण्याचे वाढते प्रमाण	सर्व प्रकारच्या ओल्या वैरणी, कडधान्यांचा कोंडा, मोड आलेले धान्य

शेळ्यांसाठी चारापिकांची लागवड

गवत आणि झाडपाला हे शेळीचे आवडीचे खाद्य आहे. तिच्यापासून दूध, मांस, कातडी, लोकर, खत असे लाभ मिळतात. या उत्पादनात वाढ करण्यासाठी पोषक घटक असलेल्या चारापिकांची लागवड करणे फायदेशीर ठरते.

व्दिदल चारापिके

लसूणघास : या गवतास अनेक ठिकाणी 'मेथीघास' म्हणून संबोधले जाते. त्यात प्रथिनांचे प्रमाण अधिक असते. तसेच, निरनिराळी जीवनसत्त्वे व खनिज पदार्थांचेही प्रमाण भरपूर असते. प्रथिने सुमारे १७ ते २० टक्के असतात. दुभत्या जनावरांसाठी लसूणघास अतिशय उपयुक्त असतो. या घासाचे वाळलेले गवतही चांगले असते. मात्र, हा चारा सावलीत वाळवावा, अन्यथा त्याची पाने उन्हामुळे गळून नुकसान होते. लसूणघास शेळ्यांना दोन ते तीन वेळा विभागून द्यावा.

लसूणघास एकदा शेतात पेरला, की चारापीक म्हणून तो सलग तीन ते चार वर्षे टिकतो. पहिली कापणी दोन महिन्यांनी आणि नंतर तीन ते चार आठवड्यांनी करता येते. एक हेक्टर क्षेत्रातून दर वर्षी १००० ते ११०० क्विंटल चाऱ्याचे उत्पादन मिळू शकते.

बरसीम : या चारापिकाचे उत्पादन रब्बी हंगामात घेतले जाते. ऑक्टोबर महिन्यात पेरणी केल्यास एप्रिलपर्यंत चार ते पाच कापण्या होतात. सहा-सात महिन्यांत हेक्टरी ८०० ते १००० क्विंटल उत्पादन मिळते. हा चारा शेळ्यांना खूप आवडतो, त्यात १५ ते १८ टक्के प्रथिने असतात.

चाऱ्यासाठी तूर : खरीप हंगामात तुरीचे उत्पादन घेतले जाते. या पिकास कोवळ्या शेंगा लागल्यानंतर ते चारा म्हणून वापरणे योग्य ठरते. पीक फुलोऱ्यात असताना किंवा शेंगा लागल्यानंतर कापणी केल्यास त्याचा खोडवा राखता येतो. दोन-तीन वेळा कापणी करता येते. दुभत्या शेळ्यांना तुरीचा चांगला उपयोग होतो. तुरीसाठी पीक घेतल्यास मळणीनंतर

मिळणारा पाला, अपरिपक्क दाणे व भुसकट यांचा चारा म्हणून उपयोग करता येतो, त्यातून शेळ्यांना चांगले अन्नघटक मिळतात.

विविध वेलांचे खाद्य : उन्हाळा, पावसाळा, हिवाळा या तिन्ही हंगामांत चवळीची पेरणी करून चारापीक घेता येते. चवळीचा वेल हे शेळ्यांचे पसंतीचे खाद्य आहे. चवळीबरोबर मटकी, कुलथी किंवा श्रावण घेवड्याच्या ओल्या शेंगा आणि वेल हेही त्यांना आवडते. त्यामुळे या वेलींचा चारापीक म्हणून आवर्जून वापर करावा. भुईमुगाच्या शेंगा तोडल्यानंतर ते वेलही सावलीत वाळवून साठवून ठेवावेत, तो चारा शेळ्यांना देता येतो.

शेवरी : हे शेळ्यांना आवडणारे व मानवणारे खाद्य आहे. कोणतेही पीक घेताना बांधालगत शेवरीचे उत्पादन घेता येते. शेळ्यांना वर्षभर त्याचा पुरवठा होतो. मुख्य पिकास मिळणारे पाणी व जमिनीतील ओलावा शेवरीसाठी पुरेसा असतो. त्याला वेगळे पाणी देण्याची किंवा देखभालीची गरज नसते. याखेरीज स्वतंत्रपणेही उत्पादन घेता येते. शेवरी तीन ते चार फुटांपर्यंत वाढल्यानंतर त्याची कापणी करावी. त्याचे फुटवे फुटून वाढत असतात. एका पिकापासून सलग किमान दोन वर्षे चारा मिळवता येतो. शेवरीच्या हिरव्या चाऱ्याचे हेक्टरी उत्पादन सुमारे ३५० ते ४०० क्विंटल मिळते.

सुबाभूळ : या चाऱ्यातून शेळ्यांना पौष्टिक घटक मिळतात. सुबाभूळ कोणत्याही हवामानात येते. ती एकदा लावल्यानंतर किमान दहा वर्षे चांगला हिरवा चारा मिळत राहतो. ही झाडे जमिनीत विखुरलेली असल्यास थेट चराई करता येते. लागवड केल्यास कापणी करून कोवळ्या पाल्याचा वापर चाऱ्यासाठी करता येतो. हेक्टरी १२५ टनांपर्यंत हिरवा चारा मिळतो. त्यात २१ ते २५ टक्के प्रथिने असतात. या चाऱ्यामध्ये 'मायमोशीन' नावाचे द्रव्य असते. त्याचा परिणाम रवंथ न करणाऱ्या प्राण्यांवर होतो. केस गळणे किंवा वंध्यत्व येणे, असे त्याचे दुष्परिणाम आहेत. शेळी रवंथ करते, त्यामुळे हे द्रव्य नष्ट करण्याची क्षमता तिच्यामध्ये असते; परंतु लोकर देणाऱ्या शेळ्या-मेंढ्यांच्या आहारात सुबाभळीचे प्रमाण जास्त ठेवू नये. बियारहित 'नारी निर्बिजा' हा सुबाभूळचा वाण फलटण तालुक्यातील (जि. सातारा) 'निंबकर कृषी संशोधन संस्थे'ने विकसित केला आहे. अशा सुबाभळीचा आहारात समावेश करावा. बियांसह असलेल्या सुबाभळीच्या शेंगा खाऊन अनेक वेळा शेळीच्या लेंडीद्वारे बिया खतात व खतातून शेतात पडतात व वहिवाटीच्या शेतात सुबाभूळ उगवणीचे प्रमाण वाढते, त्यामुळे शेळ्यांसाठी बियाविरहित सुबाभळीचा वापर फायदेशीर आहे.

एकदल चारापिके

मका : हे सर्व हंगामांत येणारे पौष्टिक चारापीक आहे. मक्याच्या वेगवेगळ्या जाती आहेत. त्यात 'आफ्रिकन टॉल' ही जात प्रसिद्ध आहे. पेरणीपासून ७० ते ७५ दिवसांत पीक कापणीयोग्य होते. मक्याच्या ओल्या चाऱ्यात ७ टक्के प्रथिने, ६ टक्के स्निग्ध पदार्थ असतात, त्यामुळे हा चारा दुभती जनावरे व गाभण शेळ्या यांच्यासाठी उत्कृष्ट समजला जातो. खरीप हंगामात तयार केलेल्या चाऱ्यापासून मुरघास करता येतो, त्यासाठी मक्याचा चारा उपयुक्त असतो. उन्हाळ्यात मुरघासाचा वापर चाऱ्यासाठी केला जातो. मक्याचा ओला चारा शेळ्यांना घालताना अखंड ताटांऐवजी त्याचे तुकडे करून खाण्यास द्यावेत, त्यामुळे चारा वाया जात नाही, शिवाय शेळ्यांना तो सहजतेने खाता येतो.

कडवळ : हे तिन्ही हंगामांत येणारे पौष्टिक चारापीक आहे. शेळ्यांसाठी त्याचे उत्पादन घेताना दाट पेरणी करावी. परिणामी पिकाची उंची कमी राहते व पाला दाट येतो. त्यामुळे कडवळ पूर्ण वापरात येते, वाया जात नाही. खरीप हंगामात तयार केलेल्या चाऱ्यापासून मुरघास करता येतो. कडवळ सावलीत वाळवून त्याची वैरणही करता येते. (कडवळ उन्हात वाळवल्यास त्याचा पाला गळतो.) त्याच्या ताटांपासून फारसे पोषक घटक शेळ्यांना मिळत नाहीत. शेळ्यांना वैरणीची कुट्टी करून देणे अधिक चांगले. मोठ्या शेळ्यांना रोज साधारणत: १ किलो वैरण मिळाल्यास त्यांची शरीरप्रकृती चांगली राहते.

सातू (ओट) : सातूचे पीक रब्बी हंगामात घेतात. हा चारा गव्हासारखा दिसतो. पेरणीनंतर दोन महिन्यांत पीक फुलोऱ्यात येऊन कापणीयोग्य होते. हा चारा चांगल्या प्रतीचा असून, सातूच्या कोवळ्या दाण्यांमधून मिळणारे दुधासारखे पिष्टमय अन्न जनावरांना पोषक असते. हे पीक ओला चारा म्हणून वापरावे. या पिकाची कापणी करून ते वाळवल्यास त्यातील पाण्याचा अंश व अन्नघटक कमी होऊन चाऱ्याची प्रत कमी होते.

एकदल गवत

अंजन गवत : हे गवत ७० ते ७५ सें.मी. उंच वाढते. त्याचा पाला मऊ आणि पौष्टिक असतो. जमिनीखाली गाठीदार काड्यांची वाढ होत असल्याने भरपूर फुटवे येतात. याचा उपयोग चराऊ कुरणे जोपासण्यासाठी, तसेच ओला किंवा वाळलेला चारा खाऊ घालण्यासाठी होतो. प्रतिवर्षी हेक्टरी १५ ते २० टन हिरवा चारा मिळतो. गवत फुलोऱ्यात असताना ८ ते ९ टक्के प्रथिने त्यात असतात.

दीनानाथ : कोणत्याही प्रकारच्या जमिनीत व हवामानात हे गवत येते. पानांची लांबी ५० ते ६० सें.मी. असते. ती फिकट किंवा गर्द हिरवी असतात. कणसे कोवळी असताना त्यांना

विविध आकर्षक रंग असतात. या गवताच्या जमिनीलगतच्या भागावर तांबडसर चमकणारी लव असते. दीनानाथ हे अलीकडे प्रसिद्ध झालेले गवत आहे. छोटा नागपूर, तसेच बिहार, ओरिसा या भागांत त्याचे प्रमाण अधिक आहे. पावसाळ्यापूर्वी पडीक जमिनीवर किंवा माळरानावर नांगराचे तास टाकून त्यामध्ये या गवताचे बी टाकल्यास पावसानंतर ते चांगले उगवते. त्याचा चारा मऊ, पौष्टिक व पाचक असतो. ओल्या चाऱ्यामध्ये ७ ते ८ टक्के प्रथिने असतात. हेक्टरी सुमारे २५ ते ३० टनांपर्यंत हिरवा चारा मिळतो.

मारवेल : कमी पावसाच्या आणि मध्यम किंवा खोल जमिनीत हे गवत चांगले वाढते. त्याची काडी बारीक, भरीव व रसदार असते. गवताची उंची ९० ते १०० सें.मी.पर्यंत वाढते. हा चारा बहुवर्षीय पीक म्हणून घेतात. एकदा लागण केल्यानंतर दरवर्षी पुन्हा लागण करण्याची गरज नसते. या चाऱ्यात ६ ते ७ टक्के प्रथिने असतात. पावसाळा सुरू झाला की त्याची उगवण होते. त्याची वाढ जोमदार होते. प्रत्येक वर्षी तीन ते चार कापण्या करता येतात. हे गवत एका वेळी कापून सावलीत वाळवून त्याचा कोरडा चारा म्हणून वापर करता येतो. या चाऱ्याचे उत्पादन उताराच्या जमिनीवर घेतल्यास ते जमिनीची धूप होऊ देत नाही. त्याची तंतुमय मुळे कुजून चांगले खत मिळत असल्याने जमिनीचा पोत सुधारतो.

मोठा पवना : हे गवत पालेदार, मऊ, पौष्टिक असल्याने शेळ्यांना आवडते. ते बहुवर्षीय असून जमिनीतून गवताला खूप फुटवे येतात. त्यांची उंची चार ते पाच फुटांपर्यंत वाढते. या चाऱ्यात ६ ते ७ टक्के प्रथिने असतात. हेक्टरी सुमारे २५ ते ३० टनांपर्यंत हिरवा चारा मि ळतो. शेळ्यांना गवतात चरायला सोडणे, गवत कापून शेळ्यांना खाण्यास देणे किंवा वाळवून गरजेप्रमाणे कोरडा चारा म्हणून वापरणे, या पद्धतीने त्याचा उपयोग होतो.

ब्ल्यू पॅनिक किंवा नीलगवत : कमी पावसाच्या भागात, खोलगट जमिनीत हे गवत चांगले येते. ते बहुवर्षीय असून दीड ते दोन मीटर उंचीपर्यंत वाढते. त्यात ९ ते ११ टक्के प्रथिने असतात. हेक्टरी २५ ते ३० टनांपर्यंत हिरवा चारा मिळू शकतो. गवत उभे व झुपकेदार वाढून फुलोऱ्यात येईपर्यंत रसदार आणि पौष्टिक असते. त्याचे कंद (ठोंब) उन्हाळ्यातही मरत नाहीत. फुलावर आलेल्या गवताची त्वरित कापणी करावी, कारण त्यानंतर चाऱ्यातील कस कमी होत जातो. हे गवत अवर्षणप्रवण भागात वापरावे.

मोशी : हे गवत आकर्षक हिरव्या रंगाचे असून काडी भरीव असते. पालेदार, भरपूर फुटवा आणि पौष्टिक असल्याने शेळ्यांना ते खूप आवडते. या झुपकेदार गवताची कमाल उंची ६० ते ८० सें.मी. असते. हेक्टरी २० ते ३० टनांपर्यंत हिरवा चारा मिळतो. फुलावर असताना या गवतात ६ ते ७ टक्के प्रथिने असतात. हे गवत चराऊ कुरणांसाठी, ओला चारा म्हणून कापून खाऊ घालण्यासाठी; तसेच कापून वाळवण्यासाठी चागंले असते. त्याची लागवड बिया लावून, ठोंबांपासून किंवा रोपांपासून करता येते. रोपे किंवा कोवळे ठोंब लावून लागवड

बारामती कृषी विज्ञान केंद्राने शेळ्यांसाठी घेतलेली चारापिके

केल्यास गवत लवकर हाती येते.

ऱ्होडस : हे गवत पालेदार, मऊ व सुमारे ६० ते १२० सें.मी.पर्यंत वाढते. काडी बारीक, मऊ, रसाळ व चवीला जरा खारट असते. क्षारयुक्त जमिनीत किंवा मध्यम पाणथळ जमिनीत हे गवत चांगले येते. शेळ्यांना चरणे किंवा गवत कापून, सावलीत वाळवून पुढे कोरडा चारा म्हणून वापरणे, असे उपयोग आहेत. या गवताची लागण बिया, रोपे व ठोंब लावून करता येते. या गवतात ६ ते ७ टक्के प्रथिने असतात. हेक्टरी २० ते २२ टन हिरवा चारा मिळतो. बहुवर्षीय गवत असल्याने ते दरवर्षी लावावे लागत नाही.

व्दिदल गवत

रानमूग : कडधान्यवर्गात मोडणाऱ्या या गवताची वाढ वेलीसारखी सरपटत होते. त्याच्या काड्या, पाने, फुले, शेंगा आदी शेळ्या आवडीने खातात. त्यात पोषक घटक असतात. हे गवत कोणत्याही जमिनीत, कमी पावसाच्या भागात येते. इतर गवतांमध्ये रानमुगाचे बी टाकल्यास शेळ्यांसाठी संतुलित असा मिश्रचारा तयार होतो. त्यात १६ ते १९ टक्के प्रथिनांचे प्रमाण असते. प्रत्येक कापणीतून सहा ते नऊ टनांपर्यंत ओला चारा मिळतो. बहुवार्षिक पीक असल्याने वर्षभर या वेलीस शेंगा येतात. या शेंगा फुटून पुन्हा नव्या वेली उगवतात, त्यामुळे दरवर्षी बी पेरावे लागत नाही. वेलींची वाळलेली पाने जमिनीवर कुजून चांगले खत मिळते, त्यातून जमिनीचा पोत सुधारण्यास मदत होते.

स्टायलो : मुरमाड, हलक्या जमिनीत व कमी पावसाच्या प्रदेशांत हे गवत चांगले येते. चराऊ कुरणांसाठी किंवा डोंगरमाथ्यावर ते मोठ्या प्रमाणात लावण्यात येते. पावसाळ्यापूर्वी बी टाकल्यानंतर ते पावसानंतर चांगले उगवून येते. हिरवा चारा किंवा वाळलेला चारा म्हणून शेळ्यांसाठी त्याचा उपयोग होतो. स्टायलोचा चारा पौष्टिक व पाचक आहे, त्यात १२ टक्के प्रथिने असतात. या गवताला शेंगा येत असल्याने, त्या फुटून पुन्हा त्यांची उगवण होते. हे

चारापीक बहुवर्षीय आहे.

दशरथ : हे द्विदल गवत आहे. साध्या बाभळीच्या पाल्याप्रमाणे या गवताची पाने असतात. त्यात प्रथिनांचे प्रमाण १५ ते १९ टक्के असते. हे गवत कोणत्याही हवामानात व कोणत्याही प्रकारच्या जमिनीत येते. कमी पाण्याच्या ठिकाणी चराऊ रानात त्याची लागवड करावी. लागवडीनंतर ४५ दिवसांत गवत कापणीसाठी येते. हे बहुवार्षिक पीक शेळ्या आवडीने खातात.

पोषक मुरघास

बंदिस्त शेळीपालन पद्धतीत चाऱ्याचे वार्षिक नियोजन कसे करावे, तो पुरवून कसा वापरावा, हा प्रश्न शेळीपालकांना भेडसावत असतो. विशेषत: उन्हाळ्यात चाराटंचाई असताना ही समस्या अधिक गंभीर होते. त्यावर 'मुरघास' हा चांगला पर्याय आहे.

मुरघास म्हणजे काय?

मुरघास म्हणजे विविध हंगामांत येणाऱ्या चारापिकांची कुट्टी करून ती हवाबंद स्थितीत ठेवणे. अनेक कुटुंबांमध्ये विविध प्रकारची लोणची घरी बनवून ती वर्षभर वापरली जातात, त्याचप्रमाणे चारापिकांपासून मुरघास बनवून तो वर्षभर जनावरांना देता येतो. मुरघास पौष्टिक असल्यामुळे शेळ्या आवडीने खातात, त्यातून त्यांना हरित अन्नद्रव्याचा पुरवठा होतो. हे खाद्य बनवण्यासाठी फार खर्च येत नाही.

मुरघासासाठी चारापिके

एकदल पिके : मका, ज्वारी, बाजरी, ओट्स आदी.

द्विदल पिके : हरभरा, सोयाबीन, लुसर्न, बरसीम.

मुरघास कशामध्ये बनवावा?

शेळ्यांची संख्या व उपलब्ध चारापीक, या बाबी विचारात घेऊन मुरघासाची गरज किती आहे, याचा अंदाज घ्यावा. त्यानुसार आवश्यक नियोजन करावे. टाकीमध्ये, खड्ड्यात किंवा प्लॅस्टिकच्या जाड पिशव्यांमध्ये मुरघास बनवता येतो.

मुरघास बनवण्याची पद्धत

चारापीक फुलोऱ्यात असताना त्याची कापणी करावी व ते सुकू द्यावे. त्यानंतर कुट्टी मशीनद्वारे त्याची कुट्टी करून घ्यावी. मुरघास बनवण्यासाठी निवडलेल्या खड्ड्यात किंवा टाकीत प्लॅस्टिकचा जाड कागद टाकून त्यावर चारा कुट्टी पसरून घ्यावी. ती चांगली तुडवावी, म्हणजे त्यातील हवा पूर्णपणे निघून जाईल. अशा रीतीने टप्पे करताना प्रत्येक टप्प्यावर खनिजमिश्रणाचे पाणी, मिठाचे पाणी, गुळाचे पाणी शिंपडावे. या पद्धतीने खड्डा वा टाकी भरून घ्यावी. प्लॅस्टिकचा कागद चारही बाजूंनी पूर्णपणे बंद करून त्यावर चिखल, शेण यांचा लेप द्यावा, त्यामुळे बाहेरील पाणी आणि हवा आत जाणार नाही. हा मुरघास ४५ दिवस याच अवस्थेत ठेवावा. त्यानंतर तो खाद्य म्हणून वापरण्यास योग्य होतो.

मुरघास बनवताना घ्यावयाची काळजी

१. मुरघास बनवण्याची टाकी वा खड्डा चारा टाकून बंद करण्याआधी तो हवाबंद झाल्याची खात्री करावी.
२. टाकीत अथवा खड्ड्यात वापरलेला प्लॅस्टिकचा कागद फाटणार नाही, याची काळजी घ्यावी. हा कागद जाड व दर्जेदार कंपनीचा असावा.
३. मुरघास तयार केलेल्या तारखेची नोंद ठेवावी, त्यामुळे तो कधीपासून वापरायचा, हे बिनचूक कळते.
४. मुरघास करताना व तो वापरण्यापूर्वी पशुवैद्यकांचा सल्ला घ्यावा.
५. मुरघास वापरण्यास सुरुवात केल्यावर, त्या त्यावेळी शिल्लक राहिलेला ढीग पूर्णपणे झाकून ठेवावा. त्यात हवा जाणार नाही असे पाहावे.

मुरघासाचे फायदे

१. मुरघास तयार करण्यासाठी चारापिकाची कापणी केल्यानंतर शेतजमीन पुढील पिकासाठी रिकामी होते.
२. उन्हाळा किंवा टंचाईच्या काळात मुरघासाद्वारे शेळ्यांना हरित अन्नद्रव्यांचा पुरवठा करता येतो.
३. जनावरे आवडीने मुरघास खातात, त्यातून त्यांना पौष्टिक घटकांचा पुरवठा होण्यास मदत होते.
४. मुरघासामध्ये पाणी ७० टक्के, प्रथिने १६.८७ टक्के व फॅट ६.९६ टक्के असते. मुरघास

एका वेळेस एका मोठ्या जनावरास जास्तीत जास्त १० किलोंपर्यंत देता येतो. मुरघास प्रकल्प राबवण्यासाठी १० × ८ × ८ या आकारात बांधकाम करण्यासाठी सुमारे साठ हजार रुपयांपर्यंत खर्च येतो, त्यात सोळा टन चारा सहज बसू शकतो. एकदा तयार झालेला मुरघास वर्षभर वापरता येतो.

टीप : मुरघास प्रक्रियेसंदर्भात अधिक माहितीसाठी नजीकच्या पशुवैद्यकांशी संपर्क साधावा.

खड्डा उघडताना घ्यावयाची काळजी

- मुरघास तयार झाल्यावर खड्डा खोलून आच्छादन काढावे. त्यानंतर थोडा वेळ जाऊ द्यावा, त्यामुळे हवाबंद खड्ड्यातील अपायकारक वायू हवेत मिसळतात.
- खड्ड्यात हळूच उतरावे आणि दबलेला मुरघास दाताळाच्या साह्याने काढावा. मुरघास कडेला, वर आणि खाली थोड्या प्रमाणात खराब होतो. हा नासलेला भाग काढून टाकावा. नंतर वापरासाठी पुरेसा मुरघास काढून घेतल्यावर, हवा आत जाणार नाही अशा पद्धतीने तो खड्डा पुन्हा झाकून घ्यावा.
- मुरघासात बुरशीची वाढ होणार नाही, याची काळजी घ्यावी.
- हवाबंद स्थितीतील मुरघास गरम असू शकतो, त्यामुळे तो बाहेर काढताना शेळीपालकाने पायांत चपला घालाव्यात.
- मुरघास करण्यापूर्वी व खड्डा उघडताना अनुभवी व्यक्तींचा किंवा तज्ज्ञांचा सल्ला घ्यावा.

मुरघास वापरताना घ्यावयाची काळजी

- मुरघास दिवसभरात दोन–तीन वेळा समप्रमाणात विभागून द्यावा.
- मुरघास शेळ्यांना देण्यापूर्वी वैरण किंवा वाळलेला चारा खाऊ घालावा.
- मुरघास आम्लयुक्त किंवा आंबट असल्यास थोडा वेळ सुकवावा.
- मुरघासाची सवय शेळ्यांना होईपर्यंत, त्यात वाळलेली वैरण मिसळून घालावी.
- शेळी दुभती असल्यास, तिचे दूध काढल्यानंतर मुरघास द्यावा, त्यामुळे दुधाला मुरघासाचा वास येत नाही.
- मुरघासात बुरशी वाढणार नाही याची काळजी घ्यावी. बुरशी वाढलेल्या मुरघासामुळे जनावरांची पचनक्रिया बिघडते, त्यांना जुलाब होतात.

- मुरघास साठवणीसाठी सुरुवातीला भांडवली खर्च येतो. चुकीच्या पद्धतीने तयार केलेला मुरघास जनावरे खात नाहीत, त्यामुळे चाऱ्याबरोबर साठवणुकीसाठी केलेला खर्चही वाया जाण्याची शक्यता असते.
- मुरघासासाठी निवडलेल्या चाऱ्यात भरपूर प्रथिने, कर्बोदके, शर्करा असावी.
- पौष्टिक मुरघास करताना मक्याला प्राधान्य द्यावे.
- शेळ्यांना मुरघास देताना १०० ग्रॅमपासून सुरुवात करावी. कमीतकमी १०० ग्रॅम, तर जास्तीत जास्त दोन किलोपर्यंत मुरघास देता येतो.
- मुरघास खाण्याची व पचवण्याची सवय शेळ्यांना व्हावी, यासाठी त्याचे प्रमाण हळूहळू वाढवत न्यावे.
- जंगलातील गवत, तण, एकदल–द्विदल चारापिके, ताग, वाटाणा यांचा वापर मुरघासासाठी करता येतो.
- उसाच्या वाढ्यांचाही पौष्टिक व पाचक मुरघास बनवता येतो.
- उसाचे हिरवे वाढे, युरिया, मळी किंवा गूळ, मीठ, खनिजमिश्रण यांचा वापर मुरघासात केला जातो.

निकृष्ट चारा सकस बनवणे (युरिया प्रक्रिया)

चारापिकांची काढणी नियोजित वेळेत केली नाही, तर ही पिके निरुपयोगी ठरतात. बाजरीचे सरमाड, भाताचा पेंढा, उसाचे वाढे वाळल्यानंतर चारा म्हणून त्यांची प्रत चांगली राहत नाही. मात्र, असा निकृष्ट चारा आधुनिक पद्धतीचा अवलंब करून सकस करता येतो.

युरिया प्रक्रिया पद्धत

बाजरीचे सरमाड, भाताचा पेंढा, उसाचे वाढे किंवा इतर कोणताही निकृष्ट चारा या प्रक्रियेसाठी घ्यावा. अशा शंभर किलो चाऱ्याची मशीनद्वारे कुट्टी करावी. एक किलो मीठ, तीन किलो गूळ, एक किलो मिनरल मिक्श्चर व २५० ग्रॅम युरिया यांचे वेगवेगळे केलेले द्रावण कुट्टीवर शिंपडावे. हा चारा चोवीस तास दडपून ठेवावा. नंतर शेळ्या व इतर जनावरांसाठी खाद्य म्हणून त्याचा उपयोग करता येतो. हा सकस चारा जनावरे आवडीने खातात.

टीप : याविषयी अधिक माहितीसाठी नजीकच्या पशुवैद्यकांशी संपर्क साधावा.

जनावरांसाठी उत्तम खाद्य प्रक्रियायुक्त गव्हाचे काड

रब्बी हंगामात गव्हाचे उत्पादन शेतकरी मोठ्या प्रमाणात घेतात. काढणीनंतर गव्हाचे काड जाळून टाकतात किंवा फेकून देतात. असे काड, भाताचे तणिस प्रक्रिया करून ते चारा म्हणून वापरात आणता येते.

गव्हाचे काड व तणिस यावर प्रक्रिया करून त्यातील पोषकता व सकसता वाढवता येते. १.५ टक्के युरिया व इतर पदार्थ वापरून सहज करता येणारी प्रक्रिया पुढीलप्रमाणे :

पदार्थ	प्रक्रियेसाठी आवश्यक प्रमाण
गव्हाचे काड किंवा भाताचे तणिस यांचा भुसा	१०० किलो
युरिया	१.५ किलो (१.५ टक्के)
क्षार मिश्रण	१.० किलो
खडे मीठ	१.० किलो
कमी प्रतीचा गूळ	३.० किलो
पाणी	३० ते ४० लिटर

प्रक्रिया करण्याची पद्धत

- युरिया योग्य प्रमाणात घेऊन विरघळून घ्यावा. त्यानंतर त्या द्रावणात क्षार मिश्रण, खडे मीठ, गूळ टाकून ते विरघळून घ्यावे. मिश्रण चांगले एकजीव करावे.
- तयार झालेले द्रावण सहा इंचाचा भुशाचा थर पसरवून त्यावर झारीच्या साहाय्याने शिंपडावे. भुसा वरखाली करून चांगला मिसळून घ्यावा. अशा प्रकारे थरावर थर टाकत केलेले सर्व द्रावण भुशात मिसळावे.
- वेळोवेळी भुसा दाबून त्यातील हवा पूर्णपणे बाहेर काढावी. तयार झालेला भुशाचा ढीग दाबून तो प्लॅस्टिकच्या कागदाने झाकून हवाबंद करावा. त्यानंतर दोन तासांनी तो जनावरांना खाण्यास द्यावा. शेळ्या त्या आवडीने खातात.

घ्यावयाची काळजी

- भुशावर प्रक्रिया करण्यासाठी युरिया मोजून घ्यावा. युरियाचे प्रमाण भुशाच्या दीड टक्केपेक्षा जास्त नसावे.
- युरिया पूर्णपणे पाण्यात विरघळेल याची काळजी घ्यावी.
- प्रक्रियेनंतर तयार झालेला चारा दोन तासानंतर जनावरांना त्वरित खाण्यास द्यावा. तो जास्त वेळ साठवून ठेवू नये.

बारामती कृषी विज्ञान केंद्राने शंभर किलो गव्हाच्या काडावरील प्रक्रिया व ज्वारी कडबा यांचा तुलनात्मक अभ्यास केला आहे. गव्हाचे काड किंवा भाताचे तणिस शेतकऱ्यांकडून निकृष्ट म्हणून टाकून देतात. मात्र, या काडाचा भुसा करून त्यावर योग्य ती प्रक्रिया केल्यास त्याचे रूपांतर सकस चाऱ्यात होते. असा चारा चाऱ्याची टंचाई असलेल्या भागात उपयुक्त ठरू शकतो. यामुळे जनावरांच्या खाद्यावरील खर्चातही बचत होऊ शकते.

प्रक्रियायुक्त चाराखाद्याच्या अधिक माहितीसाठी संपर्क

डॉ. रतन जाधव, बारामती कृषी विज्ञान केंद्र, ता. बारामती, जि. पुणे

मो. ९४२२५ १९१९३

नियोजनबद्ध पद्धतीने व्यवसाय केल्यास निश्चित चांगले उत्पन्न मिळू शकते

पुस्तकातील सर्व चित्रे रंगीत स्वरूपात पाहण्यासाठी कृपया हा QR कोड स्कॅन करा.

बंदिस्त संगोपन पद्धतीत
गोठ्याची आतील रचना
अशी सुटसुटीत करावी

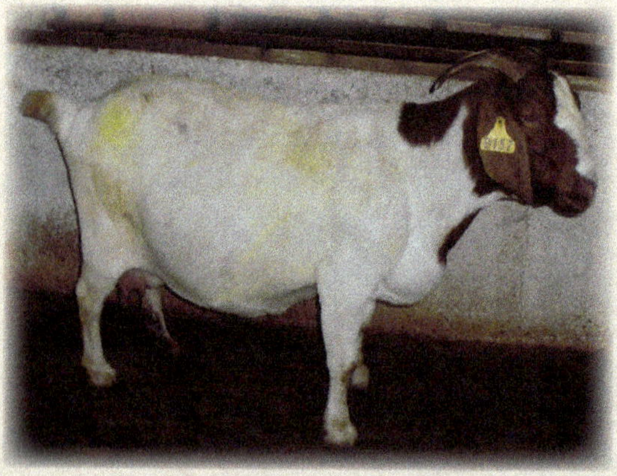

शेळीपालनाच्या
चराऊ मोकाट पद्धतीत
शेळ्या अशाप्रकारे
आवडेल तो चारा
खातात.

शेळीपालन व्यवसायात
नवजात करडांचे संगोपन
उत्पादनवाढीसाठी
महत्त्वाचा भाग आहे.

विविध प्रजातींचे
नर बोकड

कमी खर्चात
अशा पद्धतीची
गव्हाण करुन
चाऱ्याचा अपव्यय
टाळता येतो.

कमी पाण्यावर
अशा पन्हाळी गवताची
लागवड करून
चाऱ्याची गरज
भागवता येते.

पश्मिना

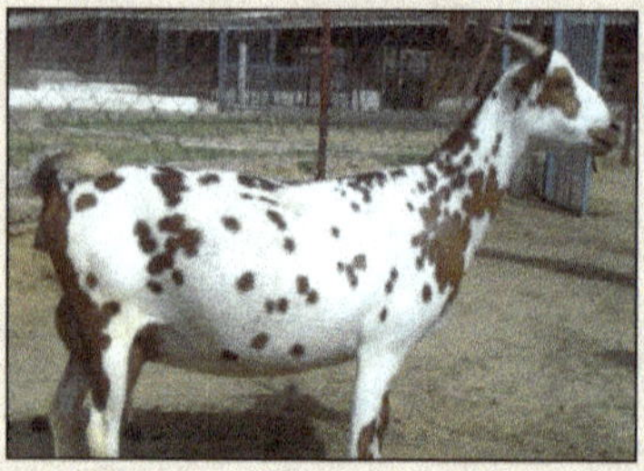

बारबरी

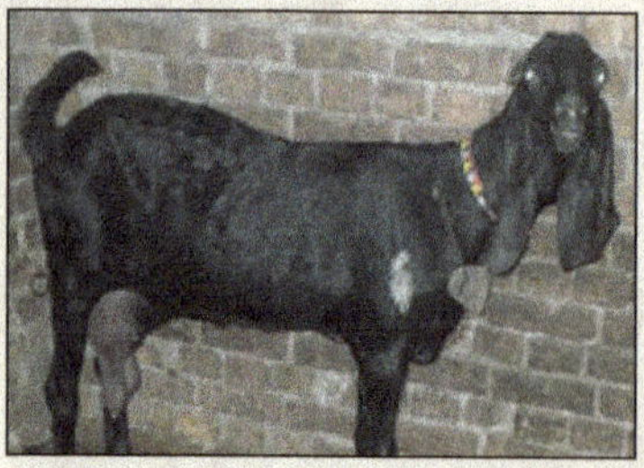

बीटल

बंगाली

चेगू

शेळ्यांच्या
विविध
प्रजाती

गड्डी

गंजम

बोअर

सुरती

मलबारी

रोग व उपाययोजना

उपद्रवी कीटक व प्रतिबंधात्मक उपाययोजना

शेळ्या–मेंढ्यांमधील काही रोगजंतूंचा प्रसार किटाणूंच्या माध्यमातून होत असतो, त्यामुळे किटाणूंची बाधा होऊ नये, यासाठी प्रतिबंधात्मक उपाय करावेत.

कीटकांचे प्रकार

काळी किंवा निळी माशी (ब्ल्यू फ्लाय)

या जातीच्या माश्या शेळ्या–मेंढ्यांच्या सभोवती दिसतात. त्यांपैकी काही काळ्या; तर काही निळ्या असतात. अस्वच्छता असलेल्या गोठ्यात त्या आढळतात. त्या अतिशय त्रासदायक असतात. आपली अंडी उकिरड्यावर किंवा अस्वच्छ जागेत घालतात. थंडीचे दिवस संपताना आणि उन्हाळ्याच्या सुरुवातीला या माश्या अंडी उबवतात. त्यापासून पूर्ण वाढलेल्या माश्या तयार होतात. मृत जनावरे उघड्यावर टाकली, तर त्या ठिकाणी या माश्या मोठ्या प्रमाणात तयार होतात व त्यांचा प्रसार होतो. त्यांची अंडी शेळ्या–मेंढ्यांच्या अंगावर चिकटलेली घाण, जखमा यांतही घातली जातात. या अंड्यांपासून तयार होणाऱ्या अळ्यांचे शरीरावरील जखमांतून पोषण होते, त्यामुळे जखमा चिघळतात व लवकर भरून येत नाहीत. नवीन तयार झालेल्या माश्या अंडी घालण्यासाठी जागा शोधतात. त्यांच्या निर्मितीचे चक्र सुरू राहते. ज्यांच्या अंगावर माश्यांनी अंडी घातली आहेत, अशा शेळ्या शेपटी सारखी हलवतात. पाय वारंवार उचलून शरीर खाजवण्याचा प्रयत्न करतात. मोकळी शेळी सैरावैरा पळते.

उपाययोजना : या माश्यांचा उपद्रव होऊ नये, यासाठी शेळ्यांचा गोठा नेहमी स्वच्छ व निर्जंतुक ठेवावा. जनावरे स्वच्छ ठेवावीत. त्यांच्या शरीरावर कोठेही जखम झाली, तर त्वरित औषधोपचार करावेत. त्या जखमेवर माश्या बसणार नाहीत, याची काळजी घ्यावी. जखमेच्या आजूबाजूचे केस कात्रीने कापावेत. जखमेत अळ्या दिसल्यास त्या चिमट्याने काढून नष्ट कराव्यात. जखमेवर टर्पेंटाईनचा बोळा फिरवावा. या तेलाच्या वासामुळे अळ्या पूर्णपणे बाहेर पडतात व मरतात. जखम खोल असल्यास त्यात क्लोरोफार्मचा द्रव टाकल्यावर सर्व अळ्या

मरून बाहेर पडतात. त्या बाहेर काढल्यानंतर जखमेची जागा स्वच्छ व कोरडी करून त्यावर झिंक ऑक्साईड, बोरीक ॲसिडची पावडर लावावी.

उवा / होफा

शेळ्या–मेंढ्यांच्या अंगावर पंख नसलेला व केसांच्या मुळाशी नेहमी दिसणारा कीटक म्हणजे उवा किंवा होफा. उवांमध्ये दोन प्रकार असतात : एक म्हणजे चावणाऱ्या व दुसऱ्या म्हणजे रक्ताचे शोषण करणाऱ्या. रक्त शोषण करणाऱ्या उवा हानिकारक असतात. गोठ्यातील अस्वच्छता, ओलसरपणा, कोंदट जागा आदी कारणांमुळे या कीटकांची उत्पत्ती होते. अंगावरील उवा केसांच्या मुळाशी अंडी घालतात, या अंड्यांना लिखा म्हटले जाते. ही अंडी पंधरा दिवसांत उबतात व त्यातून 'ऊ' बाहेर पडते. उवांमुळे जनावरांना सतत खाज सुटते, त्या त्रासामुळे शेळ्या–मेंढ्या शरीर गोठ्यातील भिंतीला, खांबाला किंवा टणक वस्तूला घासतात. खाल्लेले अन्न उवांमुळे जनावरांच्या अंगी लागत नाही. त्यांची वाढ खुंटते. प्रकृती खालावते.

उपाययोजना : उवांचा उपद्रव होऊ नये, यासाठी गोठ्यात स्वच्छता राखावी. त्या ठिकाणी हवा नेहमी खेळती ठेवावी. त्यासाठी गोठा उंच जागी बांधावा. पावसाळ्यात गोठ्यातील हवा कोंदट, दमट असते. जनावरांचे अंग सतत ओलसर राहत असल्याने उवांचा प्रादुर्भाव होऊ शकतो. त्यामुळे पावसाळ्यानंतर गोठ्यात बीएचसी पावडर फवारावी. शेळ्यांना फडक्याच्या साह्याने बीएचसी पावडर चांगली चोळावी. ही उपाययोजना दर दोन महिन्यांनी केल्यास उवांचा उपद्रव होत नाही. पावडर किंवा अन्य कोणतीही औषध फवारणी करताना ती कोणत्याही खाद्यावर पडणार नाही, याची काळजी घ्यावी.

वरकरणी किरकोळ वाटणारे कीटकही शेळ्यांना अपाय करू शकतात, त्यांच्या प्रादुर्भावामुळे रोगराई निर्माण होऊन प्रसंगी शेळ्या दगावण्याची शक्यता असते.

गोचीड

शेळ्या–मेंढ्यांना सतावणारा कीटक म्हणजे गोचीड. मोठ्या जनावरांतील गोचीड आणि शेळ्या–मेंढ्यांना होणारे गोचीड यांत खूप फरक असतो. शेळ्या–मेंढ्यांना त्रासदायक ठरणारे गोचीड आकाराने लहान व तांबडे असतात, ते स्वत:ची अंडी पोटातच उबवून अळ्या बाहेर टाकतात. एक मादी एका वेळी दहा ते बारा अळ्या शरीराबाहेर टाकते. त्यापासून तीन आठवड्यांनंतर गोचीड तयार होतात. ते शेळ्या–मेंढ्यांचे रक्त शोषून घेतात. त्यामुळे शरीरातील रक्ताचे प्रमाण कमी होते व त्या अशक्त होतात. या गोचिडांद्वारे इतरही रोगजंतूंची पैदास होते. या

गोचिडांचा बंदोबस्त करण्यासाठी १० टक्के गंधकमिश्रित मॅलेथिऑन पावडर शेळ्यांना चोळावी किंवा द्रावणस्वरूपात शरीरावर आणि गोठ्यात फवारावी. उवा, लिखा, गोचीड यांचा एकत्रित बंदोबस्त करण्यासाठी ही प्रतिबंधात्मक उपाययोजना परिणामकारक ठरते. शेळ्या-मेंढ्यांची संख्या जास्त असल्यास हा उपाय वारंवार करावा. शेळ्यांचा गोठा नियमित स्वच्छ व निर्जुंतक ठेवावा.

गीड (मस्तक किडा)

गीड (मस्तक किडा) नावाचा कीटक शेळ्या-मेंढ्यांच्या नाकपुडीत अळीच्या रूपाने आढळतो. या अळीमुळे त्यांना श्वास नीट घेता येत नाही. नाकपुडीत खाज (वळवळ) सुटून त्या बैचेन होतात. अळीची पूर्ण वाढ होऊन तिचे माशीत रूपांतर होण्यास तीन ते पाच आठवडे लागतात. या कालावधीत नाकातून घाण येणे, शिंका येणे आदी लक्षणे जनावरांत दिसतात. अशा बाधित शेळ्या-मेंढ्या मान वर करून उभ्या राहतात किंवा जमिनीवर लोळतात. जमिनीवर पडलेल्या असतानाही त्या मान उंच व वाकडी करून श्वास घेताना दिसतात. या अळ्यांचा बंदोबस्त करण्यासाठी ३ टक्के क्रिसाल द्रावण नाकपुडीवर फवारावे, तसेच टर्पेंटाईनचे दोन-तीन थेंबही नाकात सोडावेत. या कीटकांच्या माद्या नाकपुडीजवळ अंडी घालतात. त्यातील अळी हळूहळू नाकपुडीतून आत शिरून वाढत राहते. त्यावर वेळीच औषधोपचार केल्यास अन्य निरोगी शेळ्यांना कीटकांचा उपद्रव होणार नाही.

घरमाश्या / डास

रक्तशोषण करणाऱ्या डासांमुळे रोगप्रसार होतो. त्यांच्याप्रमाणेच माश्याही अतिशय तापदायक असतात. विशेषत: आजारी शेळ्यांच्या जखमा किंवा संसर्गजन्य स्राव यांवर या माश्या बसून नंतर इतरत्र हिंडल्यास निरोगी शेळ्यांनाही रोगाची लागण होऊ शकते. म्हणून गोठ्याजवळ पाण्याची डबकी साचू न देणे, तेथील सांडपाण्याची विल्हेवाट नीट लावणे, पाणी साचणाऱ्या ठिकाणी औषधांची फवारणी करणे, माश्या अंडी घालणार नाहीत याची काळजी घेणे आदी उपाययोजना आवश्यक ठरतात. गोठा स्वच्छ केल्यानंतर फ्लिंट किंवा फिनेलमिश्रित पाणी तेथे शिंपडल्यास माश्या होत नाहीत.

उंदीर / घुशी

पालापाचोळा किंवा गवताच्या पेंढ्या असलेल्या गोठ्यात उंदीर, घुशी मोठ्या प्रमाणात वाढतात. त्यांच्या शरीरावरील पिसवा शेळ्यांच्या अंगावर चढतात. त्या उवांपेक्षा जास्त

हानिकारक असतात. त्यातून शेळ्यांना रोग होतात. गोठ्यात साठवलेले खाद्य उंदीर व घुशी खात असल्याने नुकसान होते. उंदरांच्या बिळाची जागा औषधी गोळ्या घालून लिंपून घ्यावी. गोठ्याच्या सभोवती गवत व कचऱ्याचे ढीग साचू देऊ नयेत. उंदरांमुळे गोठ्यात साप येऊन शेळ्यांना दंश करण्याची शक्यता असते. त्यामुळे शेळ्या असलेल्या ठिकाणी उंदीर, घुशी येऊ नयेत, यासाठी गोठ्याचा परिसर स्वच्छ ठेवावा.

उपद्रवी कीटकांद्वारे रोगाचा प्रादुर्भाव शेळ्यांना झाल्यास पशुवैद्यकाच्या सल्ल्याने त्वरित उपाययोजना कराव्यात.

परजीवी कीटकांमुळे होणारे रोग

शेळ्यांमध्ये परजीवी कीटकांमुळे काही विकार, रोग उद्‌भवतात. काही कीटक शेळ्यांच्या शरीराच्या आत; तर काही बाहेर असतात. शरीराच्या आतील कीटकांचा प्रादुर्भाव अनेकदा चटकन लक्षात येत नाही, त्यामुळे रोग अधिक गंभीर अवस्थेत पोहोचतो. त्यामुळे असे रोग होऊच नयेत, यासाठी प्रतिबंधात्मक उपाययोजना कराव्यात.

शरीराच्या आतील परजीवी (अंत:स्थ)

शेळ्यांच्या पोटात किंवा आतड्यांत आढळणाऱ्या कृमींत जंतांचा समावेश मोठ्या प्रमाणावर असतो. करडांना होणाऱ्या रोगांस प्रामुख्याने जंत कारणीभूत असतात. अशा रोगग्रस्त करडांचे वजन वाढत नाही. त्यांना सतत जुलाब होतात. शरीरातील पाण्याचे प्रमाण कमी होऊन करडे अशक्त बनतात, अशा परिस्थितीत ती दगावण्याची शक्यता असते. हे टाळण्यासाठी करडांना पशुवैद्यकांच्या सल्ल्यानुसार जंतनाशक औषधे नियमित द्यावीत.

शेळ्यांमध्ये आढळणाऱ्या कृमी

लांब गोल कृमी : या कृमी १ ते ३० सें.मी. लांब असतात. त्या शेळ्यांच्या आतड्यांत राहतात. शेळ्यांची योग्य काळजी न घेतल्यास या कृमींचा प्रादुर्भाव पावसाळ्यात हमखास होतो. या काळात शेळ्या चरण्यासाठी सोडल्यावर, झाडपाल्याबरोबर कृमींच्या अळ्या किंवा अंडी त्यांच्या पोटात जातात. लांब गोल कृमींपासून शेळ्यांना 'युसोफेगो स्टोमोसिस' हा रोग होतो, त्यामुळे शेळ्यांच्या आतड्यात पुटकुळ्या व गाठी होतात. त्यांना सतत जुलाब होऊन त्या अशक्त बनतात. वेळीच उपाययोजना न केल्यास त्यांची प्रकृती खालावून पुढे मृत्यू ओढवतो. याशिवाय काही छोट्या आकाराचे जंत पोटात रक्ताचे शोषण करतात, त्यामुळे आतील भागास जखमा होऊन शेळ्यांना रक्ताचे जुलाब होतात. जंत असलेल्या शेळ्या अत्यंत

अशक्त होतात. त्यांना पंडुरोग होतो. यालाच 'हिमॉकोसिस' असेही म्हणतात.

पट्टकृमी : हे जंत लांब आकाराचे असतात, त्यामुळे त्यांना 'टेपवर्म' असेही म्हटले जाते. त्यांची लांबी दोन ते तीन मीटरपर्यंतही असू शकते. शेळ्या चरावयास सोडल्यानंतर गवतातून त्यांना जंतांचा प्रादुर्भाव होतो. परिणामी, आतड्याची हालचाल कमी होऊन अपचनाचे प्रमाण वाढते. शेळ्या खंगत जातात. या कृमींची लागण झाली आहे किंवा कसे, हे जाणून घेण्यासाठी करडांच्या लेंड्यांचे निरीक्षण करावे.

पर्णकृमी : या कृमी पानाच्या आकाराच्या असल्याने त्यांना 'पर्णकृमी' म्हणून संबोधले जाते. काही कृमी त्रिकोणाकृती असतात. त्या शेळ्यांच्या यकृतात आढळतात. म्हणून त्यांना 'लिव्हर फ्ल्यूक' (यकृत कृमी) असेही म्हणतात. त्यांचा प्रसार दलदल, पाझर तलाव, कालवे या ठिकाणी आढळणाऱ्या गोगलगायींद्वारे प्रामुख्याने होतो. या कृमीचे जीवनचक्र गोगलगायीच्या माध्यमातूनच पूर्ण होते. या कृमींमुळे शेळ्यांच्या यकृतात सतत रक्तस्राव चालू राहतो. वेळीच उपाययोजना न केल्यास, रोगपीडित शेळी तीन-चार दिवसांत मरण पावण्याची शक्यता असते.

परजीवींचे नियंत्रण

या सर्व कृमींपासून शेळ्यांचा व करडांचा बचाव करण्यासाठी त्यांना नियमित जंतनाशक देणे आवश्यक असते. पशुवैद्यकांच्या सल्ल्यानुसार त्याचे नियोजन करावे.

जंतनाशक देण्याचे सर्वसाधारण वेळापत्रक

- करडे एक महिन्याचे झाल्यावर
- करडे तीन महिन्यांचे झाल्यावर
- करडे सहा महिन्यांचे झाल्यावर
- पावसाळ्याच्या सुरुवातीला कळपातील सर्व शेळ्यांना व करडांना
- ऑगस्ट व सप्टेंबर महिन्यात सर्व शेळ्यांना, कळपासाठी बाहेरून विकत आणलेल्या शेळ्यांना आणि करडांना पशुवैद्यकांच्या सल्ल्यानुसार पट्ट व पर्णकृमींसाठी जंतनाशक औषध पाजावे. ठाणबंद पद्धतीने शेळीपालन करत असल्यास एक वर्षानंतर जंतनाशक औषध देणे आवश्यक ठरते.

बाह्यपरजीवी

कृमींप्रमाणे काही कीटकांमुळेही शेळ्यांना आजार होतात. हे कीटक शेळ्यांच्या अंगावर असतात. ते शेळ्यांच्या रक्ताचे शोषण करतात. त्यातून विविध रोग उद्‌भवतात. बाह्य परजीवींत प्रामुख्याने माश्या, गोचीड, किटाणू, पिसवा आणि उवा यांचा समावेश होतो.

नियंत्रण

बाह्यजंतूंमुळे शेळ्यांचे रक्तशोषण होणे, अंग खाजणे, शेळ्या अस्वस्थ होणे व शरीरास जखमा होणे असे प्रकार दिसून येतात. त्यामुळे शेळ्या अशक्त होतात. दुभत्या शेळ्यांचे दूध घटते तर करडांची वाढ खुंटते. या सर्व बाह्यपरजीवींचा बंदोबस्त करण्यासाठी पशुवैद्यकांच्या सल्ल्यानुसार शेळ्यांच्या अंगावर औषध फवारणी करावी. पाण्यात कीटकनाशक मिसळून त्या पाण्याने शेळ्यांना चोळून अंघोळ घालावी. गोठ्यात स्वच्छता राखावी. गोठे सतत कोरडे व निर्जंतुक ठेवावेत.

कीटकनाशकांचा वापर करताना

शेळ्यांचे संगोपन करताना सातत्याने कीटकनाशकांचा वापर करावा लागतो. त्याबाबत योग्य दक्षता घेणे आवश्यक असते. अनेक वेळा निष्काळजीपणामुळे, किरकोळ चुकांतून शेळ्यांच्या जिवालाच धोका निर्माण होण्याची शक्यता असते, त्यामुळे कीटकनाशके वापरताना पुढील काळजी घ्यावी :

- शेळीला कसलीही जखम नसावी किंवा ती आजारी नसावी.
- शेळ्यांवर औषध फवारणी करताना किंवा अंघोळ घालताना हवामान कोरडे असावे. थंड व पावसाळी वातावरणात हे उपाय टाळावेत.
- औषधी अंघोळ घालण्यासाठी शेळ्यांना हौदात सोडायचे असल्यास, आधी त्यांना भरपूर पाणी पाजावे, त्यामुळे हौदातील औषधयुक्त पाणी त्या पिणार नाहीत.
- शेळ्यांच्या अंगावर औषध फवारणी केल्यानंतर त्यांना कुरणात चरण्यास सोडू नये.

शेळ्यांसाठी लसीकरण

कळपातील शेळ्यांना विविध रोगांचा प्रादुर्भाव होत असतो. त्यांना वेळीच उपचार न मिळाल्यास त्यांचा मृत्यूही ओढवतो. त्यामुळे रोग होऊ न देण्यासाठी नियमित लसीकरण अत्यंत महत्त्वाचे ठरते.

नियमित लसीकरणाचे फायदे

- शेळ्या रोगांना बळी पडत नाहीत, त्यांच्यातील रोगप्रतिकारक क्षमता वाढते.
- हानी टळल्यामुळे आर्थिक लाभ होतो.
- प्रत्येक ऋतूत शेळ्यांना वेळेतच लस मिळते.

लसीकरण करताना घ्यावयाची काळजी

- कोणतीही लस करडे तीन महिन्यांचे झाल्यानंतर द्यावी.
- लस थंड जागेत ठेवली असल्याची खात्री करावी.
- सकाळी किंवा संध्याकाळी हवेतील तापमान कमी असेल त्यावेळी लसीकरण करावे.
- दोन लसीकरणांमध्ये किमान पंधरा दिवसांचे अंतर असावे.
- लस देण्याची सुई निर्जंतुक केलेली असावी.
- शेळी फार्मवर नियमित लसीकरणाचा तक्ता लावावा, त्यामुळे कोणत्या महिन्यात लस द्यायची आहे, हे लक्षात राहते.
- लसीकरणापूर्वी पशुवैद्यकांचा सल्ला अवश्य घ्यावा.
- लसीकरण केल्यानंतर शेळ्यांना व करडांना किमान दोन–तीन दिवस काळजीपूर्वक सकस आहार द्यावा.
- लसीकरणानंतर पशुवैद्यकांच्या सल्ल्यानुसार शेळ्यांना टॉनिक सुरू करावे, त्यामुळे दिलेली लस शरीरात सामावून घेण्याची क्षमता त्यांच्यात निर्माण होते.

रोग टाळण्यासाठी घ्यावयाची काळजी

नियमित लसीकरण केले, तरी अन्य बाबींतील निष्काळजीपणामुळे रोगांचा प्रसार शेळ्यांमध्ये होऊ शकतो. त्यामुळे खालीलप्रमाणे काळजी घ्यावी :

- बाहेरून विकत आणलेली शेळी किंवा बोकड कळपात लगेच न सोडता त्यांना ८–१० दिवस वेगळे ठेवावे. त्या शेळीची किंवा बोकडाची पशुवैद्यकांकडून तपासणी करून घ्यावी. गरज असल्यास लसीकरणही करावे.
- गाभण शेळ्यांच्या गर्भपाताची घाण कधीही उघड्यावर टाकू नये, ती दूर नेऊन खड्डा खणून पुरून टाकावी.
- कळपातील शेळ्यांची व पैदाशीसाठी निवडलेल्या बोकडांची ब्रुसेलॉसीस (गर्भपात) तपासणी करावी.

लसीकरणाचा तक्ता

रोगाचे नाव	लसीचे नाव	लसीकरणाची वेळ
लाळ्या-खुरकूत	एफ.एम.डी. व्हॅक्सीन	फेब्रुवारी व डिसेंबर (वर्षातून दोन वेळा)
घटसर्प	एच.एस. व्हॅक्सीन	मे-जून (पावसाळ्यापूर्वी)
आंत्रविषार	ई.टी.व्ही. व्हॅक्सीन	मे-जून (पावसाळ्यापूर्वी)
सी.सी.पी.पी.	आय.व्ही.आर.आय. व्हॅक्सीन	रोगाचा प्रादुर्भाव होणाऱ्या भागात (वर्षातून एकदा)
पी.पी.आर.	पीपीआर व्हॅक्सीन	तीन वर्षांतून एकदा
धनुर्वात	टिटॅनस टॉक्साईड	गाभण शेळ्यांना विण्यापूर्वी १ महिना
काळपुळी	अँथ्रॅक्स	रोगाचा प्रादुर्भाव होणाऱ्या भागात (पावसाळ्यापूर्वी)

अधिक माहितीसाठी संपर्क : पशुधन विकास अधिकारी (विस्तार), पंचायत समिती कार्यालय किंवा नजीकचा पशुवैद्यकीय दवाखाना. संकेतस्थळ : www.ah.adfmaharashtra.in

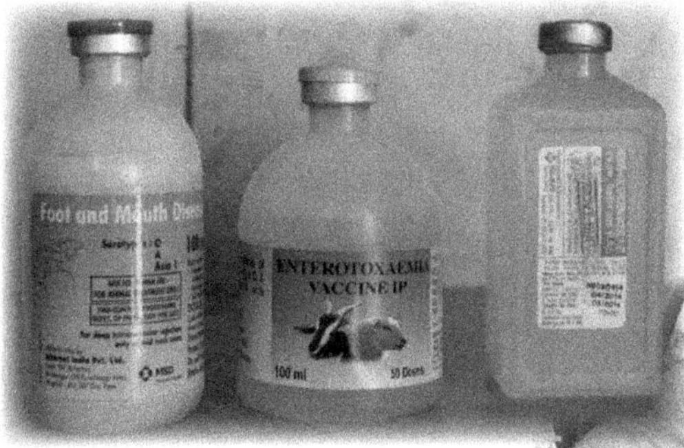

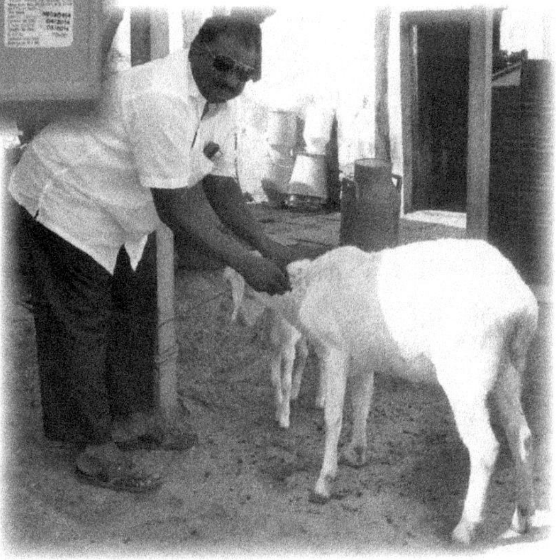

रोग व प्रतिबंधात्मक उपाययोजना

एखाद्या शेळीस संसर्गजन्य किंवा साथीच्या रोगाची लागण झाल्यास त्याचा फैलाव पूर्ण कळपात होऊ शकतो. त्यामुळे शेळीपालन करणाऱ्यांनी संभाव्य नुकसान टाळण्यासाठी या रोगांचा अभ्यास करून त्यावर प्रतिबंधक उपाययोजना वेळीच केली पाहिजे.

रोगांचे प्रकार

जंत : जंतांचे अनेक प्रकार आहेत. त्यांच्या कृमी खाद्याबरोबर शेळ्या–मेंढ्यांच्या शरीरात प्रवेश करून घर करतात. शेळ्या जेथे चरण्यासाठी जातात, त्या कुरणांमधून जंतांचा प्रादुर्भाव होतो. त्यामुळे जनावरे अशक्त होऊन आर्थिक नुकसान होते. चाऱ्यावाटे किंवा खाद्यातून शरीरात प्रवेश केल्यानंतर त्यातील काही कृमी पोटाच्या चौथ्या भागात, तसेच आतड्यांत प्रवेश करतात; तर काही फुफ्फुसात जाऊन श्वासनलिकेतही शिरकाव करतात. जंतांचा प्रादुर्भाव मलमूत्राद्वारे एका जनावरापासून दुसऱ्या जनावरांनाही होऊ शकतो. अशा आजारी जनावरांना कितीही खाऊ घातले, तरी त्यांची वाढ नीट होत नाही, ती अशक्त राहतात; कारण जंतांच्या प्रादुर्भावामुळे शेळ्यांना 'ॲनिमिया' (पंडूरोग) होतो. त्यांच्या अंगावरील केस अथवा लोकर राठ व पिंजारलेली दिसते. त्यांच्या विष्ठेची लेंडी बनत नाही. जंतपीडित जनावरे पातळ विष्ठा करतात. त्यांच्या जबड्याखाली सूज येते व पापण्या पांढुरक्या दिसतात. जंतांमुळे लहान करडांचा मृत्यू होऊ शकतो. या रोगाची लागण वर्षभरात कधीही होऊ शकते.

उपाययोजना : बाजारपेठेत वेगवेगळ्या कंपन्यांची जंतनाशके मिळतात. योग्य औषध दर दोन–तीन महिन्यांनी शेळ्यांना नियमित पाजल्यास हा रोग रोखता येऊ शकतो. या शिवाय प्रत्येक हंगामाच्या प्रारंभी जनावरांसाठी जंतनाशकाचा कार्यक्रम ठेवल्यास या रोगावर नियंत्रण ठेवता येते. पशुवैद्यकीय केंद्रात जंतनाशक औषधे १०० टक्के अनुदानावर दिली जातात.

घटसर्प : या रोगाचे जंतू शेळ्या–मेंढ्यांच्या श्वासनलिकेत नेहमीच असतात. अशक्त जनावरांत त्यांची वाढ झपाट्याने होते. या रोगात शेळ्यांना भरपूर ताप येऊन नाकातून पाणी येते व

न्यूमोनिया होतो. त्या खूप खोकतात आणि घशाला सूज येऊन एक–दोन दिवसांत त्यांचा मृत्यू होतो.

उपाययोजना : या आजाराच्या प्रथमावस्थेत पशुवैद्यकीय अधिकाऱ्यांकडून प्रतिजैवकांचा (अँटिबायोटिक्सचा) उपचार त्वरित करावा. पावसाळ्यापूर्वी रोगप्रतिबंधक लस टोचून घेतल्यास हा आजार टळू शकतो.

आंत्रविषार : हा रोग सर्वांत धोकादायक आहे. त्यातून जनावरांना विषबाधा होते. शेळ्या–मेंढ्या गोलाकार फिरून खाली पडणे, त्यांनी उड्या मारणे, डोके मागे करून फेफरे आल्याप्रम ाणे पडणे अशी लक्षणे या आजारात दिसतात. काही वेळा अशक्त शेळ्या व करडांमध्ये अशी कोणतीच लक्षणे न दिसताही त्यांचा मृत्यू होतो.

उपाययोजना : या रोगावर खात्रीशीर प्रतिबंधक लस उपलब्ध आहे. मे महिन्यात पहिला डोस देऊन, पंधरा दिवसांच्या अंतराने दुसरा डोस दिल्यास या रोगावर नियंत्रण ठेवता येते. एकदा लसीकरण केल्यानंतर किमान सहा महिने शेळ्यांना रोगप्रतिकारक शक्ती मिळते.

काळपुळी (अँथ्रॅक्स किंवा फाशी) : हा अतिसंसर्गजन्य रोग आहे. शेळ्यांच्या कातडीमध्ये रक्त जमा होऊन प्लिहा ग्रंथी सुजतात. या रोगाची लागण झाल्यानंतर अगदी थोड्या अवधीत जनावराचा मृत्यू होतो. रोगग्रस्त शेळ्यांना खूप ताप येऊन श्वासोच्छ्वास करणे कठीण होते. नाका–तोंडातून काळपट रक्त येते. हात–पाय लुळे पडतात. हा रोग जनावरांपासून माणसांना होऊ शकतो. या रोगात दगावलेल्या जनावरास खोल खड्डा खोदून ,त्यात चुनखडी टाकून पुरावे. या आजाराने दगावलेल्या शेळीचे शवविच्छेदन कधीही करू नये. यामुळे रोगाचे जीवाणू हवेत पसरून रोगाचा प्रसार होऊ शकतो.

उपाययोजना : पशुवैद्यकीय केंद्रात प्रतिबंधक लस मिळते, ती जनावरांना वेळीच टोचावी.

फुफ्फुसाचा दाह (न्यूमोनिया) : रोगजंतू, विषाणू, परजीवी कृमी याबरोबर अतिथंडी, अयोग्य आहार यामुळे शेळ्यांमध्ये या रोगाची लागण होते. सतत ठसकणे, नाकातून पाणी गळणे, श्वासोच्छ्वास नीट करता न येणे, नाकातून रक्त येणे आदी लक्षणे शेळ्यांमध्ये आढळतात.

उपाययोजना : शेळ्यांना सकस आहार द्यावा. थंडी, वाऱ्यापासून त्यांचे रक्षण होईल अशा उपाययोजना कराव्यात. आजारी शेळ्यांवर सल्फा औषधी व अँटिबायोटिक्सचे उपचार करावेत. सांसर्गिक न्यूमोनिया प्रतिबंधक लस टोचून घ्यावी. जनावरांचे कुपोषण होणार नाही, याची काळजी घेऊन गोठा निर्जंतुक ठेवावा. स्वच्छता राखावी.

लाळ्या-खुरकूत (फूट ॲण्ड माऊथ डिसीज) : हा विषाणुजन्य रोग असून शेळ्या-मेंढ्यांमध्ये वेगाने पसरतो. त्यात जनावरांच्या मृत्यूचे प्रमाण कमी असते. मात्र, त्यांची तब्येत खालावते. त्याचा परिणाम पालनकर्त्यांच्या आर्थिक उत्पन्नावर होतो. दुभती जनावरे दूध देणे बंद करतात. जनावरांना ताप येऊन त्यांच्या जिभेवर, ओठांवर व तोंडात, दोन खुरांच्या आतील भागात गोलाकार फोड येतात. जनावरे खात नाहीत, तोंडातील भाग सुजल्यासारखा दिसतो. तोंडातून चिकट द्रव गळतो. तोंडातील फोड फुटल्याने जिभेवर लाल चट्टे पडतात. खुरांतील जखमांमुळे जनावरे चालताना लंगडतात.

उपाययोजना : हा रोग विषाणूंपासून होत असल्याने औषधोपचाराचा फारसा प्रभाव पडत नाही. त्यामुळे रोग होऊ न देणे, यासाठी प्रतिबंधक लस घेणे गरजेचे असते. रोगग्रस्त जनावरांच्या जखमांमुळे संसर्ग होऊन इतर रोग होऊ नयेत म्हणून उपाययोजना करावी. जनावराच्या तोंडात फोड फुटल्यास ते तुरटी किंवा पोटॅशियम परमँग्नेटच्या द्रावणाने व्यवस्थित स्वच्छ करून घ्यावेत. फोडांच्या जखमांना नरमपणा येण्यासाठी तेथे हळद-लोणी यांचे मिश्रण किंवा बोरोग्लिसरीन लावावे. पायाच्या खुरांतील जखमांसाठी मोरचुदाचे द्रावण वापरावे. पायांतील जखमांवर प्राथमिक अवस्थेत पातळ डांबराचा थर लावल्यास त्याचाही उपयोग होतो. जिभेवरील व्रण आणि जखमा लवकर भरून येण्यासाठी 'अ' जीवनसत्त्वाचे इंजेक्शन व आहार द्यावा. लाळ-खुरकूत प्रतिबंधक लस दरवर्षी ऑक्टोबर-नोव्हेंबर महिन्यात टोचून घ्यावी.

रक्ती हगवण (कॉक्सीडिओसीस) : या रोगाची लागण झाल्यानंतर शेळ्या व करडांमध्ये गंभीर स्वरूपाची हगवण सुरू होते. पातळ जुलाब होऊन शेणात रक्त पडते. शेळ्यांपेक्षा हा रोग करडांमध्ये जास्त प्रमाणात दिसून येतो. रोगजंतू जिवंत असेपर्यंत हगवण चालू असते. नंतर त्या रोगजंतूंचे कृमीस्वरूपातील वास्तव्य आतड्यांत घर करते. त्यामुळे पचनसंस्थेतील पेशींचा नाश होऊन रोगजंतू पुन्हा तयार होतात व शेळ्यांना जुलाब होतात. पोषक घटक, शरीरातील पाणी कमी होऊन शेळ्यांचे वजन घटते. त्यात जनावरांचा मृत्यू होतो.

उपाययोजना : त्वरित पशुवैद्यकीय केंद्रात औषधोपचार करावेत. गोठा निर्जंतुक ठेवून स्वच्छता राखावी. शेळ्यांना ताजे खाद्य व भरपूर पाणी द्यावे. करडे, कोकरू तीन ते सहा वर्षे वयाचे असताना त्यांना प्रतिबंधक औषधांचा सलग पाच दिवसांचा डोस द्यावा. त्यामुळे या रोगाची बाधा होत नाही.

फऱ्या : या आजारात शेळ्या-मेंढ्यांना खूप ताप येतो व जनावरे एक ते दोन दिवसांत

दगावतात.

उपाययोजना : रोगप्रतिबंधक लस पावसाळ्याच्या सुरुवातीला टोचून घ्यावी.

यकृत कृमी (लिव्हर फ्लूक) : हा रोग चपट्या आकाराच्या जंतकृमींपासून होतो. तलाव, नद्या किंवा डबकी असलेल्या परिसरात गोगलगायींमार्फत हा रोग पसरतो. शेळ्यांपेक्षा मेंढ्यांमध्ये या रोगाचे प्रमाण जास्त असते. लिव्हरमध्ये मोठ्या प्रमाणात जंतकृमी होऊन जुलाब होणे, भूक मंदावणे, जनावरे अशक्त होणे अशी लक्षणे आढळतात.

उपाययोजना : शेळ्यांना स्वच्छ पाणी देणे, गोठा स्वच्छ ठेवून निर्जंतुक करणे, प्रतिबंधक लस टोचून घेणे अशी काळजी घ्यावी. रोगाची लागण झाल्यानंतर १ टक्का मोरचुदाचे पाणी पाजल्यानंतर हा रोग आटोक्यात येतो. पावसाळ्यानंतर डबकी व इतर ठिकाणी साचून राहिलेल्या पाण्यात जंतकृमी असतात, त्यामुळे ते पाणी शेळ्यांना देऊ नये.

निळी जिव्हा (नीलजिव्हा) : हा रोग शेळ्यांमध्ये क्वचित, तर मेंढ्यांमध्ये अधिक आढळतो. त्यात जिभेचा रंग निळा होऊन ती सुजते. या रोगाची लागण झाल्यानंतर मेंढी दगावण्याची शक्यता ९० टक्के असते.

उपाययोजना : रोगप्रतिबंधक लस टोचून घ्यावी. साथीच्या काळात ती सर्वच जनावरांना दिल्यास रोगापासून संरक्षण मिळते.

नाकाडी : हा रोग शेळ्यांमध्ये क्वचित, तर मेंढ्यांमध्ये अधिक आढळतो. तो कातडीचा संसर्गजन्य विकार असून खरजेचा प्रकार आहे. हा आजार झाल्यावर शेळ्या चरणे सोडून देतात, त्यामुळे त्या अशक्त होतात. मोठ्या कळपात भरपूर खाद्यचारा न मिळाल्यास या रोगाची लागण होते. त्याचा प्रादुर्भाव लोकर नसलेल्या भागात म्हणजे नाकावर व कानांवर होतो. खाजेमुळे घासून घासून नाकावर व कानांवर जखमा होतात. या रोगाचा परिणाम लोकरीच्या उत्पादनावर होतो. या रोगाला कारणीभूत असणारे कीटक आतड्यात खोलवर असतात, त्यामुळे वरवर केलेल्या उपाययोजना निरर्थक असतात. लोकरीचे उत्पादन देणाऱ्या व लांब केसांच्या शेळ्यांमध्ये हा रोग आढळतो.

उपाययोजना : जखमा झालेल्या ठिकाणचे केस कात्रीने कापून टाकावेत. स्वच्छ चाकूने जखमेवरील खवले चांगली कातडी दिसेपर्यंत तासावेत. मग साध्या साबणाने तो भाग स्वच्छ धुऊन पुसून काढावा. त्यावर एक भाग गंधक व आठ भाग व्हॅसलीन मिसळून तयार केलेले मिश्रण चोळून लावावे. रोगग्रस्त जनावरे इतर जनावरांपासून वेगळी ठेवावीत. रोगप्रतिबंधक

लस टोचून घ्यावी.

ब्रुसेलोसीस (गर्भपात) : हा संसर्गजन्य रोग आहे. त्यात काही रोगग्रस्त जनावरांचा गर्भपात होतो, तर काही जनावरे रोगाचे जिवाणू शरीरात साठवून ठेवतात. या रोगाची लागण जनावरांपासून माणसांनाही होऊ शकते. रोगग्रस्त जनावराचे दूध चांगले उकळावे. अशा शेळ्यांचे न उकळलेले दूध करडांना दिले, तर त्यांनाही हा रोग होतो. रोगपीडित शेळ्या विण्यापूर्वी किंवा व्यायल्यानंतर त्यांच्या योनीवाटे द्राव वाहतो, त्यात रोगजंतू असतात. गर्भपात झालेल्या जनावराच्या गर्भपाताची कारणे स्पष्ट होईपर्यंत त्यांची स्वतंत्र व्यवस्था करावी. या आजारावर कोणतीच उपाययोजना नसल्यामुळे रोगग्रस्त जनावरांची विल्हेवाट लावणे आवश्यक असते, अन्यथा इतर जनावरांनाही त्याची बाधा होऊ शकते.

ट्रायकोमोनियासीस (गर्भपात) : हा एकपेशीय जंतूंच्या संसर्गाने होणारा गर्भपाताचा प्रकार आहे. त्याचा संसर्ग नर आणि मादी दोघांनाही होतो. या रोगामुळे गर्भपात झाल्यानंतर शेळ्यांना तात्पुरता वांझपणा येतो. त्यांच्या पैदाशीच्या काळात शेळीपासून बोकडाला आणि त्याच्यापासून इतर शेळ्यांना लागण होऊन संसर्ग वाढत राहतो. या रोगाचे जंतू केवळ प्रजननाच्या अवयवांम ध्ये राहतात. रोगग्रस्त बोकडाचा ज्या शेळ्यांशी संबंध येतो, त्यांना तीन ते नऊ दिवसांमध्ये रोगाची लागण होते. गर्भाशयाला सूज येऊन योनीवाटे 'पू' वाहतो. त्यामुळे शेळीला गर्भधारणा होत नाही. चुकून झालीच, तर गर्भपात होतो. गर्भाशयातून वाहणाऱ्या द्रावाची प्रयोगशाळेत तपासणी करून रोगाचे निदान करता येते. याही रोगावर कोणताच खात्रीशीर उपचार नाही. त्यामुळे तीन ते चार महिने पैदास थांबवून शेळ्यांना विश्रांती दिल्यास हा रोग बरा होतो. संबंधित बोकडाची तपासणी करून तो शेळ्यांच्या कळपातून काढून टाकावा.

व्हिब्रियोसीस (गर्भपात) : जिवाणू संसर्गातून प्रजननाच्या वेळी शेळ्यांना होणारा हा संसर्गजन्य गर्भपाताचा प्रकार आहे. नराकडून शेळ्यांच्या गर्भाशयात रोगजंतू जातात. म्हणून प्रजननासाठीचा नर गर्भपाताचा आजार नसलेल्या कळपातीलच असावा. प्रयोगशाळेत रक्ततपासणीनंतर या रोगाचे निदान होते. पशुवैद्यकीय अधिकाऱ्यांच्या सल्ल्यानुसार गर्भाशयात किंवा गर्भपात झालेल्या शेळीस इंजेक्शन देऊन उपचार घ्यावेत.

दगडीकास (मस्टायटीस) किंवा कासेची सूज : कासेला येणारी सूज अनेक प्रकारच्या जिवाणूंपासून होते. व्यायलेल्या व विण्यापूर्वीच्या अवस्थेतील शेळ्यांना हा रोग होतो. यामध्ये शेळीची कास दगडासारखी घट्ट होते. एक तर दूध निघत नाही, निघाले तर त्यामध्ये रक्तमि श्रित दुधाचे कण, लहान गाठी असतात. काही वेळा पिवळसर दूध निघते.

उपाययोजना : हा रोग झालेल्या शेळ्यांना स्वतंत्र बांधावे. रोगपीडित शेळीची धार काढून कास मोकळी झाल्यानंतर सडांमध्ये औषधी मलमाच्या ट्यूब भरून घ्याव्यात. काढलेले दूध नष्ट करावे. कासेची सूज कमी करणारी आयोडेक्ससारखी मलमे चोळावीत. बर्फाच्या तुकड्याने कास शेकावी. अधूनमधून कासेला सूज दिसल्यास या रोगाचे निदान घरच्या घरी करण्यासाठी बाजारात औषधे मिळतात, त्यांचा वापर करावा. प्रतिबंधक लसीकरण करून घ्यावे.

शेळ्यांमधील सर्वसामान्य आजार

जखमा : अनेक वेळा शेळ्यांच्या कातडीला लहानमोठ्या जखमा होतात. त्या किरकोळ असतील तर घरगुती उपचाराने बऱ्या होतात. खोलवरच्या जखमा मात्र वाढत राहतात व चिघळतात. अशा वेळी पशुवैद्यकीय अधिकाऱ्यांच्या सल्ल्याने मलम, पावडर व इतर उपचार घ्यावेत.

दुधाचा ताप (मिल्क फिवर) : काही शेळ्या खूप दूध देतात. दूधनिर्मितीसाठी हाडांतील कॅल्शिअम व रक्तातील कॅल्शिअमचा उपयोग होतो. सहसा विण्यापूर्वी किंवा त्यानंतर हा रोग होतो. जनावर बैचेन होणे, पोटावर पडून राहणे, शांत बसणे अशी लक्षणे दिसतात. अशा वेळी पशुवैद्यकीय अधिकाऱ्यांच्या मदतीने गर्भाशयात हवा भरावी लागते व कॅल्शिअमची इंजेक्शन द्यावी लागतात.

पोट घट्ट होणे : शेळीने गहू, ज्वारी किंवा इतर धान्ये जास्त खाल्ल्यास व अपचन झाल्यास पोट गच्च होते. अशी जनावरे पाणी कमी पितात. पचनक्रिया बिघडल्यामुळे शेळ्या काहीही हालचाल न करता किंवा रवंथ न करता निपचित पडून राहतात. त्यांचे खाणे पूर्णपणे बंद असते. अशा वेळी त्यांना भरपूर पाणी पाजावे व पोटावर हलके चोळावे. थोडे गोडेतेल व खाण्याचा सोडा पाजावा.

गर्भरोग : काही शेळ्यांना जुळी व तिळी करडे होतात. अशा शेळ्या गाभण असताना शेवटच्या महिन्यात सुस्तावतात व अशक्त होतात. सतत मलमूत्र टाकणे, दातावर दात घासणे, श्वासोच्छ्वास जलद होणे, चारा-पाणी न घेणे, पुढील दोन पायांत मान घालून किंवा पोटावर बसून राहणे, अशी लक्षणे दिसतात. प्रामुख्याने वाळलेला चारा खाणाऱ्या शेळ्यांमध्ये हा रोग जास्त प्रमाणात आढळतो. सकस आहार देऊन त्याच्यावर नियंत्रण मिळवता येते.

पोटफुगी : गरजेपेक्षा जास्त ओला चारा खाण्यात आल्यास शेळ्यांच्या पोटात गॅस साचून पोटफुगी होते. पोटात गॅस वाढत राहतो व जनावरे दगावू शकतात. त्यामुळे पोटफुगी झाल्यास त्वरित पशुवैद्यकीय अधिकाऱ्यांना बोलावून पोटातील गॅस बाहेर काढावा. १०० ग्रॅम गोडेतेलात २० ग्रॅम खाण्याचा सोडा आणि ५ ग्रॅम हिंगपूड टाकून पाजल्यास शेळीला आराम पडतो. दुसरा उपाय म्हणजे, १०० ग्रॅम गोडेतेल आणि २५ ग्रॅम टर्पेंटाईन मिसळून पाजावे. थोड्या प्रमाणात पोट फुगलेले असल्यास शेळ्यांना जरा पळवावे, त्यामुळे गॅस निघून जाण्यास मदत होते. शेळ्यांच्या आहारात ओला आणि वाळलेला अशा दोन्ही चाऱ्यांचा समावेश करावा.

मुडदूस : करडांना होणारा हा हाडांचा आजार आहे. त्यात हाडांची वाढ चांगली न होता ती ठिसूळ बनतात. ते टाळण्यासाठी त्यांना संतुलित आहार द्यावा. शेळ्या गाभण असताना आहारात 'ड' जीवनसत्त्व खाद्यात मिसळून द्यावे, त्यामुळे करडांच्या हाडांची वाढ गर्भाशयात चांगली होते. शिवाय, करडांना भरपूर कोवळा सूर्यप्रकाश मिळेल असे बांधावे, त्यातून त्यांची 'ड' जीवनसत्त्वाची गरज पूर्ण होते व ती सशक्त होतात.

विताना शेळी अडणे (डिस्टोकिया) : शेळी गर्भावस्थेत असताना करडांची अनैसर्गिक वाढ किंवा अपघात यामुळे विण्याची प्रक्रिया नैसर्गिकरीत्या सुरळीत होत नाही. विण्याची क्रिया सुरू झाल्यानंतर एक ते दोन तासांत पिल्लू बाहेर आले नाही, तर त्वरित पशुवैद्यकीय अधिकाऱ्यांच्या मदतीने उपचार करावेत.

विषबाधा : विषारी वनस्पतीचा पाला खाण्यात आल्यास शेळ्यांना विषबाधा होऊ शकते. त्यामुळे शेळ्या चरण्याच्या ठिकाणी किंवा चराऊ कुरणात अशा वनस्पतींची पाहणी करून त्या त्वरित नष्ट कराव्यात. विषबाधेवर उपचार घेण्याची वेळ येण्यापेक्षा विषबाधा होऊ न देण्याची काळजी घ्यावी.

खाद्यातून होणारी विषबाधा व उपाययोजना

शेळ्यांना मिळणारे खाद्य, हिरवा चारा यातील काही घटकांपासून विषबाधा होते. प्राथमिक लक्षणांवरून या विषबाधेचे निदान व औषधोपचार त्वरित न झाल्यास जनावरांचा मृत्यू होऊ शकतो.

विषबाधेची कारणे

- कीटकनाशके व तणनाशके फवारलेले खाद्य शेळ्यांच्या खाण्यात आल्यास.
- रासायनिक खतांचा अंश असलेले गवत किंवा इतर खाद्य खाल्ल्यास.
- बुरशीयुक्त खाद्य, शिळे- आंबलेले पदार्थ वापरल्यास.
- बाजरी पिकावर अरगट रोग असताना तो चारा वापरल्यास.
- विषारी झाडेझुडपे असलेल्या भागात शेळ्या चरण्यासाठी सोडल्यास.
- लोखंडी खिळे, प्लॅस्टिक पिशव्या, चपला, कपडे असे अखाद्य पदार्थ खाण्यात आल्यास.

विषबाधा झाल्याची लक्षणे

मंद श्‍वसन करणे, पचनक्रिया मंदावणे, शेळ्यांच्या पोटात वारंवार कळा येणे, त्यामुळे त्या सैरावैरा धावणे, डोके सतत गव्हाणीवर किंवा गोठ्याच्या भिंतीवर आपटणे, गाभण शेळीचा गर्भपात होणे, शरीरावर किंवा पायांवर सूज येणे, प्रतिकारक्षमता कमी होणे आदी लक्षणे विषबाधा झालेल्या शेळ्यांत आढळतात. विषबाधेनंतर अशक्त जनावरे लगेच चक्कर येऊन पडतात; तर प्रतिकारक्षमता कमी असलेल्या जनावरांचा मृत्यू ओढवतो.

उपाययोजना

- विषबाधेची लक्षणे दिसताच त्वरित पशुवैद्यकांशी संपर्क साधावा.

- शेळ्यांना सावलीत बांधावे.
- प्रथमोपचार म्हणून खाण्याचा सोडा वापरून शेळ्यांच्या पोटातील गॅस मोकळा करावा.
- शेळ्यांच्या शरीरावर कोठेही जखम दिसत असल्यास, जंतुनाशकाने ती स्वच्छ धुऊन मलम लावावा.
- शेळीला मिठाचे पाणी पाजावे, त्यामुळे तिला उलटी होऊन पोटातील विष बाहेर पडण्यास मदत होते.
- विषबाधा कशातून झाली असावी, याचा अंदाज शेळीपालकाने तत्काळ पशुवैद्यकांना द्यावा. त्यावरून लवकर योग्य उपचार करणे शक्य होते.
- विषबाधा झालेल्या जनावरांना शक्यतो ताप येत नाही. विषबाधा खाद्यातून कधीही होऊ शकते, त्यामुळे शेळीपालकास प्रथमोपचाराची माहिती असणे आवश्यक आहे.

विषबाधा होऊ नये यासाठी घ्यावयाची काळजी

- गोठ्यात किंवा चराऊ पद्धतीत कोवळा व निकृष्ट चारा शेळ्यांच्या खाण्यात येणार नाही, याकडे लक्ष द्यावे.
- शेळ्यांना नेहमी संतुलित व पोषक खाद्य द्यावे.
- स्वच्छ व भरपूर पाणी पाजावे.
- आहारात खनिजमिश्रणांचा समावेश असावा.
- पिकांवर फवारणी केलेल्या कीटकनाशकांचे व तणनाशकांचे डबे वापरानंतर नष्ट करावेत. ते उघड्यावर टाकल्यास शेळ्यांच्या चाटण्यात येऊन विषबाधा होण्याची शक्यता असते.
- भुकेपोटी अधाशीपणे अखाद्य वस्तू खाण्यात येऊन त्यातून विषबाधा होऊ शकते.

विषबाधा झाल्यानंतर तत्काळ करावयाच्या उपायांची माहिती पशुवैद्यकांकडून करून घ्यावी.

शेळ्यांचे लेंडीखत

अल्प गुंतवणुकीतून सुरू करता येणाऱ्या शेळीपालन व्यवसायातून दूध, मांस, लोकर व उपयुक्त लेंडीखत असे फायदे उत्पादकास मिळतात. लेंडीखतात विविध अन्नद्रव्ये असल्याने जमिनीचा पोत सुधारतो.

लेंडीखताचे फायदे व वापर

- शेणखतापेक्षा लेंडीखतामध्ये अन्नद्रव्यांचे प्रमाण अधिक असते, ते सर्वच पिकांसाठी उपयुक्त असते.
- लेंड्या कडक असतात. त्या तशाच शेतात टाकल्यास त्यांचे विघटन लवकर होत नाही आणि त्या जमिनीत बरेच दिवस पडून राहतात. परिणामी पिकांना गरजेच्या वेळी त्यांचा उपयोग होत नाही, त्यामुळे हे खत जमिनीत टाकण्यापूर्वी ट्रॅक्टरच्या साह्याने लेंड्यांचा चुरा करावा.
- हे खत वापरात आणण्यापूर्वी खत कुजवणाऱ्या जिवाणूंचा वापर करावा, त्यामुळे ते लवकर कुजते आणि त्यातील अन्नद्रव्ये जमिनीत सुलभपणे एकजीव होतात.
- खत कुजवणारे जिवाणू, ई.एम. द्रावण, स्पॅसिलॉमायसिस, नत्र-स्फुरद, पालाश स्थिर करणारे जिवाणू, ट्रायकोडर्मा वापरून लेंडीचे कंपोस्ट खत करता येते. ते साठ दिवसांत तयार होते.
- कोणत्याही हंगामात पेरणीपूर्व मशागत करतानाच लेंडीखत टाकावे, त्यामुळे ते जमिनीत पूर्णपणे मिसळते.
- खतात गोठ्यातील काडी-कचऱ्याद्वारे गेलेले बियावर्गीय गवत, काटेरी फांद्या असल्यास दाताळाच्या साह्याने त्या काढून टाकाव्यात, नंतरच खताचा वापर करावा.
- हे खत सेंद्रिय असल्याने त्याचा कोणताही दुष्परिणाम जमिनीवर व पिकांवर होत नाही.

- या खतामध्ये ०.६ टक्के नत्र, ०.५ टक्के स्फुरद, ०.७ टक्के पालाश असे अन्नद्रव्यांचे प्रमाण असते.
- कोरडवाहू क्षेत्रात उत्पादनवाढीसाठी हे खत विशेष उपयुक्त ठरते.
- शेळीच्या मूत्रात १.३५ टक्के नत्र, ०.०५ टक्के स्फुरद, २.१ टक्के पालाश असते, त्यामुळे त्याचाही वापर खत म्हणून केला जातो.
- आधुनिक गोठ्यात शेळ्यांचे मूत्र टाकीत साठवून पिकांना दिले जाते. काही ठिकाणी शेताजवळ गोठे असल्यास तेथून पाइपलाइनद्वारे थेट शेतापर्यंत मूत्र पोहोचेल, अशी व्यवस्था केली जाते.
- फळबागांसाठी लेंडीखताचा वापर मोठ्या प्रमाणात होत असतो.

शेळीपालकाने नीट नियोजन केल्यास दूध, मांस आणि लोकर यांबरोबरच लेंडीखताच्या माध्यमातूनही त्याला मोठा आर्थिक लाभ मिळू शकतो.

शेळीपालनासाठी विविध योजना

शेळीपालनासाठीच्या सरकारी योजना

अल्पभूधारक, दुर्बल घटक, सुशिक्षित बेरोजगार यांना हा व्यवसाय सुरू करण्यासाठी सरकारकडून अनुदान दिले जाते.

'चाळीस शेळ्यांचा गट' वाटप योजना

राष्ट्रीय कृषी विकास केंद्र पुरस्कृत योजनेतून अवर्षणप्रवण गावांच्या विकासासाठी हा उपक्रम राबवला जातो. चाळीस शेळ्या व दोन बोकड या संयुक्त गटासाठी ५० टक्के अनुदान मिळते.

योजनेची वैशिष्ट्ये/निकष

१. इच्छुक लाभार्थ्याने अनुदानासाठी विहित नमुन्यातील अर्ज पंचायत समितीकडे सादर करायचा असतो.

२. अवर्षणप्रवण गावातील १८ ते ५० वयोगटातील व्यक्तींना या योजनेचा लाभ मिळू शकतो.

३. शेळ्यांचे संगोपन, निवारा, सुरक्षितता यासाठी तीन गुंठे जागा लाभार्थींच्या नावे असणे बंधनकारक आहे.

४. शेळ्या-बोकडांची खरेदी, निवारा, पाण्याची व्यवस्था, शेडनेट, मुरघास, विद्युतीकरण, कडबाकुट्टी, आधुनिक तंत्रज्ञान प्रशिक्षण यांसाठी तीन लाख रुपयांचा खर्च ग्राह्य धरला जातो. लाभार्थीस ५० टक्के, म्हणजे दीड लाख रुपयांचे अनुदान मिळते.

५. ही योजना बँककर्जाशी निगडित आहे.

६. इच्छुक लाभार्थ्यांना १ मे २००१ नंतर तिसरे अपत्य नसावे.

७. दारिद्र्यरेषेखालील, अत्यल्प भूधारक (१ हेक्टर), अल्प भूधारक (२ हेक्टर), सुशिक्षित बेरोजगार, महिला बचत गट सदस्य या अनुक्रमाने अर्जदारांना प्राधान्य दिले जाते.

अवर्षणप्रवण भागातील शेती प्रामुख्याने पावसावर अवलंबून असते, त्यामुळे शेतकऱ्यांना किती उत्पन्न मिळेल याची शाश्वती नसते. या योजनेमुळे त्यांना आर्थिक पाठबळ लाभते.

अधिक माहितीसाठी संपर्क : पशुधन विकास अधिकारी (विस्तार), पंचायत समिती कार्यालय किंवा नजीकचा पशुवैद्यकीय दवाखाना. संकेतस्थळ : www.ah.adfmaharashtra.in

शेळ्यांचे गट वाटप योजना

विशेष घटक योजना, अनुसूचित जाती उपयोजना यांच्या अंतर्गत, तसेच आदिवासी क्षेत्राबाहेरील व अनुसूचित जाती- अनुसूचित जमाती यांच्यासाठी जिल्हा परिषदेकडून ही योजना राबवली जाते. त्यातून शेळ्यांचा गट घेण्यासाठी अनुदान मिळते.

योजनेची वैशिष्ट्ये/निकष

१. दहा शेळ्या व एक बोकड असा गट घेण्यासाठी ७५ टक्के अनुदान मिळते.

२. निवडलेल्या लाभार्थ्यांमध्ये महिलांचे प्रमाण ३३ टक्के असते.

३. इच्छुक लाभार्थ्यास १ मे २००१ नंतर तिसरे अपत्य नसावे.

४. घरी शौचालय असल्याचा दाखला अर्जासोबत जोडावा लागतो.

५. इच्छुक लाभार्थी अनुसूचित जातीचा वा जमातीचा असल्याचा प्राधिकृत अधिकाऱ्यांचा दाखला असावा लागतो.

६. शेळ्यांच्या गटासाठी २५ टक्के रक्कम लाभार्थ्यास भरावी लागते. उर्वरित ७५ टक्के अनुदान मिळते. या योजनेचा प्रकल्प खर्च ७१ हजार २३९ रुपये निर्धारित करण्यात आला आहे. त्याच्या २५ टक्के म्हणजे १७,८१० रुपये लाभार्थ्यास भरावे लागतात; तर ५३,४२९ रुपयांचे अनुदान मिळते.

७. दारिद्र्यरेषेखालील, अत्यल्प भूधारक (१ हेक्टर), अल्प भूधारक (२ हेक्टर), सुशिक्षित बेरोजगार, महिला बचत गट सदस्य या अनुक्रमाने अर्जदारांना प्राधान्य दिले जाते.

अधिक माहितीसाठी संपर्क : पशुधन विकास अधिकारी (विस्तार), पंचायत समिती कार्यालय किंवा नजीकचा पशुवैद्यकीय दवाखाना. संकेतस्थळ : www.ah.adfmaharashtra.in

अंशत: ठाणबंद पद्धतीने शेळीपालन/मेंढीपालन

राज्य सरकारचा हा नावीन्यपूर्ण उपक्रम सर्व वर्गांसाठी खुला आहे. यामध्ये १० शेळ्या आणि एक बोकड (किंवा १० मेंढ्या व एक मेंढा) या संयुक्त गटाकरिता अनुदान मिळते.

योजनेची वैशिष्ट्ये/निकष

१. अनुदान मिळवण्यासाठी पंचायत समितीकडे विहित नमुन्यात अर्ज करावा लागतो.
२. लाभार्थी निवडताना ३ टक्के अपंगांना व ३३ टक्के महिलांना प्राधान्य दिले जाते.
३. अनुसूचित जाती/जमातीमधील लाभार्थ्यांना ७५ टक्के; तर इतर वर्गांसाठी ५० टक्के अनुदान मिळते.
४. घरी शौचालय असल्याचा दाखला अर्जासोबत जोडावा लागतो.
५. ही योजना बँककर्जाशी निगडित आहे.
६. इच्छुक लाभार्थ्यास १ मे २००१ नंतर तिसरे अपत्य नसावे.
७. दारिद्र्यरेषेखालील, अत्यल्प भूधारक (१ हेक्टर), अल्प भूधारक (२ हेक्टर), सुशिक्षित बेरोजगार, महिला बचत गट सदस्य या अनुक्रमाने अर्जदारांना प्राधान्य दिले जाते.

अधिक माहितीसाठी संपर्क : पशुधन विकास अधिकारी (विस्तार), पंचायत समिती कार्यालय किंवा नजीकचा पशुवैद्यकीय दवाखाना. संकेतस्थळ : www.ah.adfmaharashtra.in

मैत्रीण योजना

मुलीला जन्म देणाऱ्या कुटुंबाकरिता जिल्हा परिषदेकडून ही योजना राबवली जाते. ती सर्व वर्गांसाठी खुली आहे. या योजनेतून संबंधित कुटुंबाला ७५ टक्के अनुदानावर पाच शेळ्या दिल्या जातात. स्त्रीजन्माचे स्वागत करण्याबाबत समाजप्रबोधन व्हावे, यासाठी ही योजना महत्त्वाची आहे.

योजनेची वैशिष्ट्ये/निकष

१. इच्छुक लाभार्थ्याच्या कुटुंबात आदल्या वर्षी मुलीचा जन्म झालेला असावा.
२. अर्जदारास दोनपेक्षा जास्त अपत्ये नसावीत. दोन्ही मुली असल्यास त्या कुटुंबाला अनुदानासाठी प्राधान्य दिले जाते.
३. त्या कुटुंबाने दुसऱ्या कोणत्याही योजनेतून शेळीपालन योजनेचा लाभ घेतलेला नसावा.
४. अर्जदाराने शेळीखरेदीसाठी २५ टक्के हिस्सा भरल्यानंतर, त्याला ७५ टक्के अनुदान मिळते.
५. घरी शौचालय असल्याचा दाखला अर्जासोबत जोडावा लागतो.

अधिक माहितीसाठी संपर्क : पशुधन विकास अधिकारी (विस्तार), पंचायत समिती कार्यालय किंवा नजीकचा पशुवैद्यकीय दवाखाना. संकेतस्थळ : www.ah.adfmaharashtra.in

शेळ्यांसाठी विमा योजना

शेळीपालन व्यवसायात शेळ्यांची निवड, आहार व्यवस्थापन, संगोपन, रोग प्रतिबंधात्मक उपाययोजना या महत्त्वाच्या बाबी आहेत. मात्र, अपघाती किंवा नैसर्गिक पद्धतीने शेळ्यांचा अकाली मृत्यू झाल्यास शेळीपालकाचे मोठे नुकसान होते. त्यामुळे प्रत्येक शेळीस विम्याचे संरक्षक कवच असणे आवश्यक आहे. शेळी, वाडा, शेड, मजूर, तसेच स्वत:चाही अपघाती/ नैसर्गिक मृत्यू विमा अतिशय कमी रकमेत उतरवता येतो. तथापि, यासंदर्भात संबंधित व्यावसायिकांत पुरेसे प्रबोधन झालेले नाही.

विम्यासाठीची वयोमर्यादा

एक वर्ष वयापुढील शेळ्यांचा विमा उतरवता येतो. देशी, विदेशी व संकरित अशा सर्व प्रजातींच्या शेळ्यांसाठी ही योजना लागू आहे. शेळीची किंवा मेंढीची बाजारभावाप्रमाणे असलेली किंमत ही विम्यासाठी संरक्षित रक्कम मानली जाते.

विम्याचा दर

विम्याचा दर शेळीच्या किमतीच्या ५ टक्के असतो. या हप्त्याच्या रकमेवर १२.३६ टक्के सेवाकर आकारला जातो. उदाहरणार्थ, शेळीची किंमत पाच हजार रुपये असेल, तर विमा हप्ता २५० रुपये व सेवाकर ३१ रुपये असे २८१ रुपये एक वर्षासाठी भरावे लागतात. एक व तीन वर्षांसाठी विमा उतरवता येतो.

नुकसानभरपाई

- अपघाताने अथवा कोणत्याही रोगाने शेळीचा मृत्यू झाल्यास, बाजारभावानुसार तिच्या किमतीएवढी भरपाई विमा योजनेअंतर्गत मिळते.

- विमा उतरवल्यानंतर शेळ्यांना विशिष्ट रोगांसाठीची प्रतिबंधक लस देणे बंधनकारक आहे.
- वर्षभरात दिलेल्या विविध रोगप्रतिबंधक लसी आणि इतर औषधोपचारांच्या लेखी नोंदी, प्रमाणपत्रे ठेवणे अत्यावश्यक आहे.
- लसीकरण न केलेल्या शेळीचा मृत्यू झाल्यास विमा कंपनीकडून भरपाई मिळत नाही.

विमा कसा उतरवावा

- शेळीसाठी असलेल्या विमा पॉलिसीची पूर्ण माहिती विमा कंपनीकडून घ्यावी.
- कंपनीचा विहित नमुन्यातील अर्ज आणि इतर कागदपत्रे अचूक भरून द्यावीत.
- विमा उतरवल्यानंतर कंपनीकडून ओळखचिन्ह म्हणून मिळालेला बिल्ला (टॅग) शेळीच्या कानाला लावावा.

भरपाईसाठी दावा करण्याची पद्धत

- विमा उतरवलेल्या शेळीचा अपघाती/नैसर्गिक मृत्यू झाल्यास, विमा कंपनीच्या संबंधित शाखेस लेखी स्वरूपात त्वरित कळवावे.

- अधिकृत दावापत्र भरून द्यावे.
- पशुवैद्यकांकडून शेळीचे शवविच्छेदन करून घ्यावे.
- शेळीच्या मृत्यूचा दाखला व शवविच्छेदन प्रमाणपत्र विमा कंपनीकडे सादर करावे.
- शेळीच्या कानाला लावलेला बिल्लाही (टॅग) सादर करावा.

हे लक्षात ठेवावे

- शेळीच्या कानाला लावलेला टॅग हरवल्यास, विमा कंपनी दावा मंजूर करत नाही. त्यामुळे हा टॅग कधी गहाळ झाल्यास विमा कंपनीला तत्काळ लेखीस्वरूपात कळवावे.
- विमा कंपनीकडे पाठपुरावा करून नवीन बिल्ला (टॅग) लावून घ्यावा. त्याची नोंद विमा प्रमाणपत्रात करून घ्यावी.

सरकारमान्य विमा कंपन्या

१. युनायटेड इंडिया इन्शुरन्स कंपनी
संकेतस्थळ (वेबसाइट) : www uii.com, www.uiic.co.in

२. न्यू इंडिया इन्शुरन्स कंपनी
संकेतस्थळ (वेबसाइट) : www nia.com, www.newindia.co.in

३. ओरिएंटल इन्शुरन्स कंपनी
संकेतस्थळ (वेबसाइट) : www oic.com, www.oriental insurance.co.in

अधिक माहितीसाठी संपर्क

पशुधन विकास अधिकारी (विस्तार), पंचायत समिती कार्यालय किंवा नजीकचा पशुवैद्यकीय दवाखाना. संकेतस्थळ : www.ah.adfmaharashtra.in

डॉ. अभिजित नलगे ९५४५४ ५००४४

शेळीपालनासाठी नियोजन

शेळीपालनातून कमी खर्चात अधिक उत्पन्न मिळवण्यासाठी वर्षभराच्या कामांचे नियोजन करणे आवश्यक आहे. ही कामे प्रत्येक महिन्यात वेळच्या वेळी केल्यास शेळ्या व करडे निरोगी राहतील व त्यांच्यातील अकाली मृत्यूचे प्रमाण कमी होईल. हे वेळापत्रक पुढीलप्रमाणे:

जानेवारी

- हिरव्या चाऱ्याची कमतरता असल्यास, तो उपलब्ध असतानाच्या काळात त्याच्यावर प्रक्रिया करून तो साठवून ठेवावा.
- उन्हाळ्यात झाडपाला खाऊ घालण्यासाठी चराऊ झाडांची व्यवस्थित छाटणी करावी.
- उन्हाळ्यात हिरवा चारा पुरवण्यासाठी हिरवा व वाळलेला असा मिश्र चारा वापरावा.

फेब्रुवारी

- हिवाळ्यात जन्मलेल्या करडाला दिले जाणारे दूध हळूहळू बंद करून, त्याला कोवळ्या झाडपाल्याची सवय लावावी.
- व्यायलेल्या शेळ्या पुन्हा माजावर येण्यासाठी (भरण्यासाठी) त्यांच्यावर विशेष लक्ष ठेवावे.
- वर्षभरापूर्वी जन्मलेल्या करडांमधून पैदाशीसाठी योग्य नराची निवड करावी. अनावश्यक नर कळपातून काढून टाकावेत.

मार्च

- शेळ्यांना घटसर्प रोगप्रतिबंधक लस टोचून घ्यावी.
- अँथ्रॅक्स रोगाचा प्रादुर्भाव असलेल्या भागात प्रतिबंधात्मक उपाययोजना म्हणून लसीकरण करून घ्यावे.
- पाण्याच्या उपलब्धतेनुसार चारापिकांचे उत्पादन घ्यावे, त्यामुळे ऐन उन्हाळ्यातही हिरव्या चाऱ्याची गरज पूर्ण होईल.

एप्रिल

- शेळ्यांना चरण्यासाठी बाहेर सोडत असल्यास, सकाळच्या प्रहरात लवकर सोडावे व उन्हाच्या वेळी गोठ्यातच चारा द्यावा.
- शेळ्यांना व करडांना थंड किंवा सावलीत असलेले पाणी दिवसातून किमान चार–पाच वेळा पाजावे.
- बंदिस्त गोठा पद्धतीत शेळ्यांचे उन्हापासून व वाढत्या तापमानापासून संरक्षण होईल असे पाहावे.
- शेळ्यांना आंत्रविषार रोगप्रतिबंधक लस टोचून घ्यावी.

मे

- लहान करडांचे व शेळ्यांचे उन्हापासून संरक्षण करण्यासाठी आवश्यक उपाययोजना करावी.
- पावसाळ्यात म्हणजे रब्बी हंगामात घ्यावयाच्या चारापिकांचे नियोजन करावे.
- प्रजननक्षम शेळ्यांना भरपूर सकस चारा देऊन सशक्त बनवावे.
- पैदाशीसाठी निवडलेल्या नरासही सकस चारा व खुराक देऊन तंदुरुस्त ठेवावे.
- कळपातील माजावरच्या शेळ्या ओळखून त्या भरण्यासाठी पैदाशीसाठीचा नर सकाळ–संध्याकाळ त्यांच्यात फिरवावा.
- गाभण शेळ्यांच्या नोंदी करून ठेवाव्यात.
- आंत्रविषार रोगप्रतिबंधक लस दिली नसल्यास या महिन्यात देता येते.
- मुरघास तयार केला असल्यास, तो शेळ्यांना गोठ्यात द्यावा.

जून

- माजावर आलेल्या शेळ्या भरून घ्याव्यात व त्यांच्या नोंदी ठेवाव्यात.
- भुसा व इतर वाळलेल्या चाऱ्यावर प्रक्रिया करून तो हिरवा चाऱ्याबरोबर वापरावा.
- गाभण शेळ्यांना भरपूर सकस चारा द्यावा.
- शेळ्यांचे गोठे, दावण स्वच्छ व निर्जंतुक करून घ्यावेत, त्यामुळे परजीवी किटाणूंची अंडी पूर्णपणे नष्ट होतील.

जुलै

- चरण्यासाठी बाहेर जाणाऱ्या शेळ्या व करडे यांना जंतुनाशक औषध पाजावे.
- गोठ्यात हवा खेळती ठेवावी आणि तेथील दलदल साफ करावी.
- पावसात शेळ्या बाहेर चरण्यासाठी न सोडता गोठ्यातच चाऱ्याची व्यवस्था करावी.
- सहा महिन्यांपेक्षा जास्त वय असलेल्या करडांना सकस आहार द्यावा.

ऑगस्ट

- जुलाब होत असलेल्या शेळ्यांवर तातडीने औषधोपचार करावेत.
- शेळ्यांना पावसात भिजू देऊ नये. गोठ्यातील जमीन कोरडी व निर्जंतुक ठेवावी.
- शेळ्यांच्या शेपटाखालील भागात वाढलेले केस कापून टाकावेत, त्यामुळे केसांवर लेंड्या सतत चिकटून होणाऱ्या रोगाचा प्रादुर्भाव टाळता येईल.

सप्टेंबर

- शेळ्या व करडे यांना जंतुनाशक औषधाची मात्रा द्यावी. कीटकनाशक अंगावर फवारावे.
- उन्हाळ्यात भरलेल्या शेळ्यांना जास्तीचा पोषक आहार द्यावा.
- एक वर्षापेक्षा मोठ्या नराला व मादीला प्रजननासाठी उपयोगात आणावे. कळपातील अनावश्यक नर काढून टाकावेत.
- जास्तीचा चारा व मका यांपासून मुरघास तयार करून ठेवावा.

ऑक्टोबर

- लाळ्या–खुरकूत रोगाची लस टोचावी.
- अनावश्यक बोकडांचे खच्चीकरण करावे.
- रब्बी हंगामातील चारापिकाची पेरणी करावी.
- खरिपातील कडब्याची कुट्टी करून ठेवावी.

नोव्हेंबर

- नवजात करडांचे थंडीपासून रक्षण करण्यासाठी आवश्यक उपाययोजना कराव्यात.
- व्यायलेल्या शेळ्यांना भरपूर हिरवा चारा व खाद्य द्यावे.

डिसेंबर

- नवीन शेळ्या व करडे यांचे थंडीपासून रक्षण करण्यासाठी आवश्यक उपाययोजना कराव्यात.
- शेळ्यांना व तीन महिन्यांवरील करडांना भरपूर चारा व खुराक देऊन त्यांना सशक्त बनवावे.
- चाऱ्यामध्ये झाडपाल्याचा जास्तीत जास्त समावेश करावा.

बकरी ईदला कमाईची संधी

बकरी ईद सणानिमित्त बोकडांना खूप मागणी असते. शेळीपालकांनी आधुनिक तंत्रज्ञानाचा वापर करून उत्पादन घेतल्यास, त्यांना उत्पन्नाच्या दृष्टीने 'बकरी ईद'ची पर्वणी साधता येईल.

नियोजन व घ्यावयाची काळजी

- बकरी ईदच्या सुमारास जास्तीत जास्त बोकड विक्रीयोग्य अवस्थेत आणण्यासाठी कळपातील शेळ्या एकाच वेळी माजावर आणणे (syncrchronization).
- मस्तकावर नैसर्गिक 'चंद्रकोर' असलेल्या बोकडांना विशेष मागणी असते. त्यांना चार-पाच लाख रुपयांपर्यंत किंमत मिळाल्याची उदाहरणे आहेत.
- बकरी ईदसाठी मुंबईमध्ये देवनार, मुंब्रा, भिवंडी, वाशी येथील बाजारपेठा प्रसिद्ध आहेत. बाजार समितीकडून त्या ठिकाणी बोकडांच्या विक्रीसाठी विशेष व्यवस्था केली जाते.
- राज्यात बकरी ईदसाठी १० ते १२ लाख बोकडांची खरेदी होते. मात्र, राज्यातून विक्रीसाठी केवळ दीड लाखापर्यंतच बोकड उपलब्ध होतात. त्यामुळे उर्वरित गरज भागवण्यासाठी गुजरात, राजस्थान, मध्य प्रदेश, उत्तर प्रदेश आदी राज्यांतून आवक केली जाते.
- धार्मिक रीतिरिवाजाप्रमाणे या सणासाठी वापरला जाणारा गलोलविरहित बोकड किमान एक वर्षाचा असावा लागतो, त्याला शारीरिक व्यंग नसावे.
- राज्यातील बाजारपेठांमध्ये नागफणी, जमनापारी, सिरोही या जातीच्या बोकडांना चांगली मागणी असते.
- बोकडांची विक्री प्रतवारीनुसार सुमारे १० हजार ते २ लाख रुपयांच्या दरम्यान होते. वजनदार व तजेलदार बोकडांना विशेष मागणी असते.
- ग्रामीण भागात स्थानिक जातीच्या गावरान बोकडांना मागणी असते, त्यामुळे या जातीच्या

जमनापारी

सिरोही

बोअर

उस्मानाबादी

बारबरी

दमास्कस

शेळ्याही एकाच वेळी माजावर आणल्यास (syncrchronization) अधिक लाभ मिळवता येतो.

- बकरी ईदसाठी बोकडांचे संगोपन वाढीव खुराक देऊन करावे.
- कमी कालावधीत पैसे मिळवण्यासाठी, बोकड पाच–सहा महिन्यांचा झाल्यावर लगेच त्याची विक्री करण्याकडे काही शेळीपालकांचा भर असतो. त्यात कमी पैशांवर समाधान मानावे लागते. त्याऐवजी, बोकडांचे नीट संगोपन करून बकरी ईदला त्यांची विक्री केल्यास जवळपास चौपट उत्पन्न मिळू शकते.
- बकरी ईदसाठी बोकडांचे संगोपन करताना, ती दोन महिन्यांची झाल्यानंतर खच्ची करावीत. त्यामुळे त्यांची वाढ जोमाने होते.
- बकरी ईदसाठी महाराष्ट्रात काळ्या व पांढऱ्या बोकडांना विशेष मागणी असते. त्यांत संगमनेरी, उस्मानाबादी, बीटल, जमनापारी, सिरोही या जातीच्या बोकडांचा समावेश होतो.
- अंगावर ठिपके असणाऱ्या वेगवेगळ्या रंगांच्या बोकडांना, तसेच तांबड्या बोकडांनाही किंमत चांगली मिळते.
- सुरत येथे बोकडांसाठी खास बाजारपेठ असून सरकारने तेथे विक्रीसाठी येणाऱ्या बोकडांच्या निवासाची व्यवस्था केली आहे. विशेषत: पांढऱ्या बोकडांसाठी ही बाजारपेठ प्रसिद्ध आहे.
- सुरतच्या बाजारपेठेत सुरती, संगमनेरी, जमनापारी बोकडांची मोठ्या प्रमाणात आवक होते. पांढऱ्या बोकडांना मागणी नसते अशी 'अफवा' पसरवून व्यापारी कमी किमतीत खरेदी करतात. त्यात शेतकऱ्याचे नुकसान होते.
- बकरी ईदखेरीज ग्रामदैवतांच्या यात्रा आणि धुलिवंदनालाही बोकडांना चांगली मागणी असते. राज्यातील लोकसंख्या व मांसोत्पादनाची मागणी यांची तुलना केल्यास उत्पादन कमी आहे. मांसाची गरज भागवण्यासाठी इतर राज्यांतून आवक होते. आधुनिक पद्धतीने हा व्यवसाय केल्यास यात चांगली कमाई आहे.

शेळ्यांचे विक्री व्यवस्थापन

शेतकरी आपल्या मालाचे मार्केटिंग करण्यात आजही कमी पडतात. त्यामुळे उत्पादक व ग्राहक यांच्यामध्ये एजंटांची साखळी निर्माण झाली आहे. मालाच्या विक्रीत एजंट 'मलई' खातात व शेतकऱ्याला कमी उत्पन्नावर समाधान मानावे लागते. त्यांनी मध्यस्थांना टाळून स्वत: थेट बाजारपेठेत उतरण्याचा प्रयत्न केल्यास निश्चितच अधिक फायदा होऊ शकतो.

बाजारपेठेतील स्थिती

- महाराष्ट्राच्या ग्रामीण भागात स्थानिक व आठवडे बाजारातच शेळ्यांची विक्री मोठ्या प्रमाणावर होते.
- तेथील मुख्य ग्राहक खाटीक व एजंट असतात. ते शेळ्यांच्या पाठीवर थाप मारून त्यांना उचलून धरतात. अंदाजे वजन निश्चित करून, वजनाच्या पन्नास टक्के किंमत करून शेळीचा भाव पाडतात. यात शेळीपालकाचे मोठे नुकसान होते.
- शेळ्यांच्या स्थानिक बाजारपेठांभोवती एजंटांचे जाळे पसरलेले असते. ते शेतकऱ्यांना शक्यतो थेट ग्राहकांपर्यंत पोहोचू देत नाहीत. ते कमी किमतीत शेळ्यांची खरेदी करतात व बाजारात चढ्या भावाने विकतात.
- एखाद्या बाजारात शेळ्यांची आवक वाढल्यास खाटीक व एजंट मिळून शेळ्या अतिशय कमी दराने मागतात. शेळीपालकाकडे दुसरा पर्याय नसल्यामुळे मिळेल ती किंमत त्याला स्वीकारावी लागते.

शेळ्यांच्या विक्रीची पूर्वतयारी

- राज्यातील शेळ्यांच्या सर्व बाजारपेठांची माहिती घ्यावी.
- कोणत्या प्रकारच्या मांसाला जास्त मागणी आहे, याचा विचार करून शेळ्यांची निवड करावी.

- शेळ्या, बोकड यांची गुणवत्ता चांगली ठेवावी. तजेलदार व वजनदार शेळ्यांना मागणी अधिक असते.
- विक्री आणि मार्केटिंग स्वत: करावे, त्यासाठी गरज वाटल्यास प्रशिक्षण घ्यावे.

आधुनिक तंत्राचा वापर

- शेळ्या व बोकडांची विक्री जागेवरूनच करण्यावर भर द्यावा. शेळीफार्मची व तेथील शेळ्यांची माहिती ग्राहकांना व्हावी, यासाठी प्रसिद्धी माध्यमांद्वारे जाहिरात करावी. यातून वाहतूक खर्च आणि वेळ वाचतो.
- विक्री व्यवस्थेसाठी वेबसाइट तयार करून त्यावर आवश्यक माहिती द्यावी. या अत्याधुनिक प्रणालीमुळे जगातील कानाकोपऱ्यांतून व्यापारी व ग्राहक थेट शेळीपालकाशी संपर्क करू शकतात.
- शेळीपालकांनी विक्रीसाठी व व्यवसायातील अडचणी एकमेकांच्या वैचारिक देवाणघेवाणीतून दूर करण्यासाठी एक संस्था निर्माण करावी. संस्थेच्या माध्यमातून संघटितपणे शेळ्यांची विक्री केल्यास, अधिक चांगली किंमत मिळू शकते.
- शेळी वा बोकडाचे वजन, मटणाचे दर, कातडीची किंमत यांचा ताळमेळ घालून विक्रीचा व्यवहार करावा, त्यामुळे दलालांची व व्यापाऱ्यांची नफेखोरी कमी होण्यास मदत होईल.
- बकरी ईदला बोकडांना मोठी मागणी असते, त्यावेळी बोकड मोठ्या प्रमाणात विक्रीसाठी तयार होतील, असे नियोजन करावे.

- शेळ्यांची आणि बोकडांची विक्री वजनावर करावी, अशी शिफारस महात्मा फुले कृषी विद्यापीठाने केली आहे.
- वजनकाटा उपलब्ध नसलेल्या ठिकाणी शेळीची उंची, छाती यावरून वजन निश्चित करता येते.

शेळीपालन व्यवसायासाठी प्रकल्प अहवाल

(५० शेळ्या + २ नर)

हा प्रकल्प अहवाल उस्मानाबादी शेळ्यांचा असून
तो २०१४ मधील किमती गृहीत धरून बारामती कृषी विज्ञान केंद्राने केला आहे.

भांडवली खर्च (अंदाजे)

अ.क्र.	तपशील	दर प्रति नग	रक्कम
१.	शेड १००० स्क्वेअर फूट	२२५ प्रति स्क्वे. फूट	२,२५,०००
२.	शेळ्या खरेदी – ५० शेळ्या	६,०००	३,००,०००
३.	पैदाशीसाठी बोकड खरेदी – २ नर	८,०००	१६,०००
४.	विजेची व्यवस्था	८,०००	८,०००
५.	पिण्याच्या पाण्याची व्यवस्था	७,०००	७,०००
६.	इतर साहित्य– चाफकटर	२२,०००	२२,०००
	एकूण		**५,७८,०००**

खेळते भांडवल (अंदाजे)

अ.क्र.	तपशील	दर प्रति नग	रक्कम
१.	हिरवा चारा उत्पादन		
	१. ५२ शेळ्यांसाठी × ३६५ दिवस × ५ किलो = ९४ टन	७० पैसे प्रति किलो	८६,८००
	२. १२५ करडांसाठी × २ किलो × १२० दिवस = ३० टन	(७०० प्रति टन) उत्पादन खर्च	

अ.क्र.	तपशील	दर प्रति नग	रक्कम
२.	पशुखाद्य		
	१. ५२ शेळ्यांसाठी × ३६५ दिवस × २५० ग्रॅम = ४७४५ किलो	२० रुपये प्रति किलो	१,५४,९००
	२. १२५ करडांसाठी × २०० ग्रॅम × १२० दिवस = ३००० किलो		
३.	औषध, लसीकरण इत्यादी खर्च	२०० प्रति शेळी	१०,४००
४.	वीजबिल ३ युनिट रोज × ३६५ दिवस = १०९५	७ रुपये	७,६६५
५.	विमा खर्च ५ टक्केप्रमाणे शेळ्या खरेदी रकमेवर	५ टक्के	१५,०००
	एकूण खेळते भांडवल		**२,७४,७६५**

नफा-तोटा पत्रक (अंदाजे)

अ.क्र.	तपशील	रक्कम
१.	भांडवली खर्च	५,७८,०००
	भांडवल पुरवठा	
१.	स्वत:ची गुंतवणूक २० टक्के	१,१५,६००
२.	बँक कर्ज ८० टक्के	४,६२,४००
	एकूण	**५,७८,०००**
	वार्षिक उत्पन्न	
१.	निरुपयोगी शेळ्या १० × २,५००	२५,०००
२.	नर करडे ४२ (४२ × ६,०००)	२,५२,०००
३.	मादी करडे ३२ – १० शिल्लक (३२ × ३,०००) मादी करडे ३,००० रुपये	९६,०००
४.	दूधविक्री १,६९५ लीटर × १५	२५,४२५

अ.क्र.	तपशील		रक्कम
५.	लेंडीखत विक्री (५० शेळ्या × १ किलो × ३६५)		
	१८ टन × २,००० रुपये प्रति टन		३६,०००
६.	विमा दावा ३ शेळी रु. ६,००० प्रति शेळी		१८,०००
७.	खाद्य पोती रिकामी ४५ × रु. ५		२२५
	एकूण		**४,५२,६५०**
१.	एकूण कर्ज		४,६२,४००
२.	वार्षिक हप्ता	९२,४८०	
३.	वार्षिक व्याज	५५,४४८	
	एकूण वार्षिक व्याजासह कर्ज परतफेड		**१,४७,९२८**
	नफा–तोटा		
१.	वार्षिक उत्पन्न		४,५२,०००
२.	वार्षिक खेळते भांडवल		२,७४,७६५
३.	ढोबळ नफा (१ – २)		१,९२,७२५
४.	वार्षिक व्याजासह कर्जफेड		१,४७,९२८
५.	निव्वळ वार्षिक नफा (३ – ४)		४४,७९७

शेळीपालन प्रशिक्षण देणाऱ्या नामांकित संस्था

शेळीपालनात आधुनिक तंत्रज्ञानाचा वापर केल्यास, कमी खर्चात जास्त उत्पन्न मिळवण्याची संधी असते. तत्पूर्वी परिपूर्ण माहितीसाठी प्रशिक्षण घेणे कधीही फायदेशीर आहे. सुशिक्षित बेरोजगार, महिला बचत गट, अल्पभूधारक शेतकरी यांना आर्थिक उत्पन्न वाढवण्याची संधी देण्यासाठी खालील संस्था नाममात्र शुल्कात हे प्रशिक्षण देतात.

१. शेळी व मेंढी संशोधन केंद्र, महात्मा फुले कृषी विद्यापीठ, राहुरी, जि. नगर.
दूरध्वनी : ०२४२६-२४३४५५. संकेतस्थळ : http://mpkv.mah.nic.in

२. अहिल्याबाई होळकर शेळी व मेंढी विकास महामंडळ, गोखलेनगर, पुणे ४११ ०५३.
दूरध्वनी : ०२०-२५६५ ७११२

३. कृषी विज्ञान केंद्र, शारदानगर, ता. बारामती, जि. पुणे.
दूरध्वनी : ०२११२-२५५२०७/२५५२२७ संकेतस्थळ : www.kvkbaramati.com

४. महाराष्ट्र शेळी व मेंढी संशोधन व विकास संस्था, पोस्ट बॉक्स क्रमांक २३, लोणंद रस्ता, मु. वडजल, पो. निंभोरे, ता. फलटण, जि. सातारा ४१५ ५२८.
दूरध्वनी क्रमांक : ०२१६६-२६२१०६/०२१६६-२२१०९५
ई-मेल : nimsheep@sancharnet.in. आणि nimsheep@gmail.com

५. रूरल ॲग्रिकल्चर रिसर्च इन्स्टिट्यूट, नारायणगाव, ता. जुन्नर, जि. पुणे.
दूरध्वनी : ०२१३२-२४३८५२.

शेळीपालनासंदर्भात पुढील लिंकवर उपयुक्त माहिती उपलब्ध आहे :
http://www.indg.in/agriculture/on-and-off-farm-enterprises/936947933940-92a93e932928

पुण्यश्लोक अहिल्यादेवी महाराष्ट्र शेळी व मेंढी विकास महामंडळाची दहा प्रक्षेत्र असून त्याठिकाणी शेळीपालकांना नाममात्र फीमध्ये प्रशिक्षण दिले जाते. ती खालीलप्रमाणे :

१. गोखलेनगर, पुणे संपर्क : ०२०–२५६५७११२

२. मु.पो. रांजणी, ता. कवठेमहांकाळ, जि. सांगली संपर्क : ०२३४१–२४४२२२

३. मु.पो. महुद, ता. सांगोला, जि. सोलापूर संपर्क : ०२१८७–२४६८६७

४. मु.पो. दहिवडी ता. माण जि. सातारा संपर्क : ०२१६५–२०४४८०

५. मु.पो. पडेगाव, जि. औरंगाबाद संपर्क : ०२४०–२३७०४४९

६. मु.पो. तिर्थ (बु), ता. तुळजापुर, जि. उस्मानाबाद, संपर्क : ०२४७१–२५९०६६

७. मु.पो. अंबेजोगाई ता. अंबेजोगाई, जि. बीड संपर्क : ०२४४६–२४७२३९

८. मु.पो. मुखेड ता. जि. नांदेड संपर्क – ०२४६१–२०२०२२

९. मु.पो. बिलाखेड ता. चाळीसगाव जि. जळगाव संपर्क : ०२५८९–२२२४५७

१०. मु.पो. पोहरा, ता.जि. अमरावती संपर्क : ०७२१–२३८५५२३

संकेतस्थळ : www.ahd.maharashtra.gov.in

यशोगाथा : लक्षाधीश शेळीपालक

वडगाव निंबाळकर (ता. बारामती) येथील भानुदास हरिभाऊ भोईटे यांनी अल्पशा जमिनीत चारापिकांचे नियोजन केले असून, ते सन २००८ पासून बंदिस्त शेळीपालनाचा व्यवसाय यशस्वीरीत्या करत आहेत. त्यांनी कोणत्याही अनुदानाची अपेक्षा न बाळगता स्वत: भांडवल उभारून कष्टाने व्यवसाय उभा केला आहे. त्यांची ही यशोगाथा.

बागायती भागात शेतीपूरक व्यवसाय म्हणून दूध उत्पादनाला प्राधान्य दिले जाते. मात्र, भानुदास भोईटे व त्यांच्या पत्नी सीमा यांनी विचारपूर्वक बंदिस्त शेळीपालनाचा वेगळा मार्ग निवडला आहे.

व्यवसायाची चढती कमान

वडगाव निंबाळकर ही भोईटे यांची सासुरवाडी. अरडगाव (ता. फलटण, जि. सातारा) येथून ते उपजीविकेसाठी येथे स्थायिक झाले. त्यांनी सुरुवातीला काही काळ ट्रॅक्टरचालकाचे काम केले, पानटपरीही चालवून पाहिली. त्यावेळी सीमाताईदेखील मोलमजुरी करून प्रपंचाला हातभार लावत होत्या. काटकसरीने संसार चालवत बचत केलेल्या पैशांतून या दांपत्याने अडीच एकर कोरडवाहू क्षेत्र घेतले. त्या ठिकाणी कूपनलिकेद्वारे पाण्याची सोय केली. ऊस उत्पादनाबरोबर रेशीम उद्योग सुरू केला. कष्ट, नियोजन आणि चिकाटी यामुळे रेशीम उद्योगात त्यांची भरभराट झाली. रेशीम कोषांचे दर्जेदार व उच्चांकी उत्पादन घेतल्याबद्दल राज्य सरकारच्या रेशीम संचालनालयाच्या वतीने त्यांचा सत्कार करण्यात आला. या व्यवसायाच्या आधारावर भोईटे यांनी मुलांना उच्च शिक्षण देऊन आर्थिकदृष्ट्या सक्षम केले.

संपर्क : भानुदारा भोईटे ९४०४६ ८४९७१

शेळीपालन व्यवसायाची निवड

शेतकऱ्याने नेहमी चौकस बुद्धीने व्यवसायात उतरले पाहिजे, असे भोईटे दांपत्याचे सांगणे आहे. रेशीम उद्योगात त्यांनी चांगले यश मिळवले होतेच; पण एक वेगळा व्यवसाय करण्याची जिज्ञासा व कमी कष्टात अधिक उत्पन्न मिळण्याची संधी, यामुळे त्यांनी शेळीपालनातही उतरण्याचा निर्णय घेतला. त्यांनी बारामती कृषी विज्ञान केंद्रात जाऊन या व्यवसायाची संपूर्ण माहिती घेतली. तेथील तज्ज्ञांच्या सल्ल्याने 'आफ्रिकन बोअर' जातीच्या दोन शेळ्या आणल्या. या शेळ्यांच्या उत्पत्तीपासून चांगला फायदा मिळू लागला. त्यानंतर त्यांनी 'सिरोही' जातीच्या काही शेळ्या आणल्या. त्यांचे संगोपन करताना कृषी विज्ञान केंद्राचे वेळोवेळी मार्गदर्शन मिळाले.

बंदिस्त शेळीपालनासाठी शेडची उभारणी

भोईटे यांनी बंदिस्त शेळीपालनासाठी गोठा बांधण्याचे ठरवले. त्याला बँकेचे अर्थसाह्य मिळाले. उंचवट्यावर १२ फूट उंचीचे, ७० फूट लांबीचे व ३५ फूट रुंदीचे शेड उभारले. बांधकाम व लोखंडी जाळी यासाठी पाच लाख रुपये खर्च झाला. गाभण शेळ्या, पैदाशीसाठीचे नर, करडे, दुभत्या शेळ्या अशी चार कप्प्यांची रचना गोठ्यात केली. जाळीमुळे गोठ्यात भरपूर सूर्यप्रकाश येण्यास व हवा खेळती राहण्यास मदत होते. या कप्प्यांच्या कडेला शेळ्यांना खाद्यासाठी गव्हाण आणि पिण्याच्या पाण्यासाठी शेजारी स्टॅन्ड करून भांड्याची व्यवस्था केली. जमिनीवर केलेल्या कोब्यास योग्य उतार दिल्यामुळे स्वच्छतेचे काम सोपे झाले, शिवाय या उतारामुळे गोठा कोरडा राहण्यासही मदत होते.

चाऱ्याचे नियोजन

शेळ्यांना हिरव्या खाद्यासाठी एक एकर क्षेत्रात तुती, बाजरीघास, कांडीघास (मारवेल गवत), बांधावर सुबाभूळ अशी चारापिकांची लागवड केली आहे. खुराक म्हणून अखंड मका दिली जाते. न भरडता दिलेल्या मक्यामुळे शेळ्या खाऊन झाल्यावर रवंथ करतात. त्याचे पचनही चांगले होते. शेळ्यांना कॅल्शिअमचा पुरवठा व्हावा, यासाठी गोठ्यात ठिकठिकाणी क्षारांच्या विटा बांधल्या आहेत.

वडगाव निंबाळकर (ता. बारामती) भानुदास भोईटे यांचा बंदिस्त शेळी फार्म. सोबत पत्नी सीमा.

शेळ्यांपासून उत्पन्न

गोठ्यात पन्नास शेळ्या व दोन बोकडांचे संगोपन केले आहे. व्यायलेल्या शेळीचे सगळे दूध करडांना पाजले जाते. जुळी किंवा तिळी करडे असल्यास, त्यांची भूक भागावी यासाठी त्यांना आवश्यकतेनुसार गाईचेही दूध दिले जाते. 'बोअर' जातीच्या पाच महिन्यांच्या नराचे वजन ४० ते ५० किलो; तर मादीचे वजन ६० ते ६५ किलो भरते. त्यांची जागेवरच विक्री करताना मुंबईच्या व्यापाऱ्यांकडून खास बकरी ईदसाठी येथील नर आणि मादीला अनुक्रमे पंधराशे रुपये व चार हजार रुपये प्रतिकिलोचा दर मिळतो. त्यामुळे पाच महिन्यांच्या नरापासून जवळपास ७५ हजार रुपयांचे उत्पन्न मिळते. राज्यातील शेतकऱ्यांकडून संकरीकरणासाठी नरांना मागणी अधिक असते. सिरोही जातीचा बारा महिन्यांचा नर सुमारे ८० किलो वजनाचा भरतो. त्याचे ५० ते ५५ हजार रुपये मिळतात. एकाच वेळी सर्व बोकड किंवा मादी विक्रीसाठी तयार होत नाहीत. बकरी ईदला विक्रीसाठीच बोकड उपलब्ध करण्यावर भर दिला जातो. या व्यवसायापासून आठ लाख रुपये वार्षिक उत्पन्न मिळते. खर्च वजा जाता निव्वळ सहा लाखांचा नफा मिळत असल्याचे भानुदास भोईटे व सीमा भोईटे सांगतात.

विक्रीसाठी यशराज फार्मची वेबसाइट

उत्पादित मालाची विक्री व मार्केटिंग करण्यात शेतकरी कमी पडतात. भोईटे दांपत्याला मालाच्या दर्जाविषयी खात्री आहे. त्यांचे औपचारिक शिक्षण जेमतेम असले, तरी त्यांनी काळाची गरज ओळखून या व्यवसायात आधुनिक प्रणालीचा वापर केला आहे. त्यांनी नर व मादीच्या विक्रीसाठी www.yashrajgoatfarm.yolasite.com ही वेबसाइट तयार केली आहे. त्यावर नराचे व मादीचे फोटो व शेळीफार्मची माहिती दिली आहे. विक्रीसाठी माल तयार असल्यानंतर या वेबसाइटवर त्या नराचे व मादीचे वजन, किंमत आदी तपशील दिला जातो. व्यापारीवर्ग या माहितीच्या आधारे जागेवरच खरेदी करण्यासाठी येतात. त्यामुळे बाजारपेठेत जाण्याचा खर्च वाचतो. मुंबईतील मुस्लीम समाजाकडून कुर्बानीसाठी या बोकडांना मोठ्या प्रमाणात मागणी असल्याचे भोईटे सांगतात.

शेळीफार्म नव्हे, एटीएम मशीन!

विक्रीसाठी अधिक दिवस थांबल्यास जास्त कमाई, असे या व्यवसायाचे गणित आहे. शेळ्या आणि बोकडांची विक्री कधीही करता येते. त्यामुळे भरलेला गोठा म्हणजे एक प्रकारे राखीव पैसाच असतो. म्हणूनच भोईटे मोठ्या आत्मविश्वासाने सांगतात, की आमचा शेळीफार्म नाही, तर हे एटीएम मशीन आहे!

सौ. संगीता हनुमंतराव भापकर

- जन्म : १ जून १९८० (मध्यमवर्गीय कुटुंबात)
- शिक्षण : बी.ए., मास्टर ऑफ जर्नालिझम
- 'दैनिक सकाळ'मध्ये २००५ पासून बातमीदार म्हणून कार्यरत
- समाजातील दुर्बल घटक व महिला सक्षमीकरणासाठी सामाजिक जाणिवेतून काम करण्याची उपजत आवड
- अवर्षणप्रवण भागात जलस्त्रोत बळकटीकरणाची कामे करणे व सरकारी योजनांचा लाभ गरजूंना मिळवून देण्यावर विशेष भर
- **वैयक्तिक लाभाच्या शासकीय योजना** पुस्तकाचे नोव्हेंबर २०१३ मध्ये लेखन
- सामाजिक कार्याची व प्रबोधनात्मक उपक्रम राबवण्याची आवड
- बारामती ॲग्रीकल्चरल डेव्हलपमेंट ट्रस्टकडून २००७ मध्ये उत्कृष्ट पत्रकारिता पुरस्कार
- राज्य सरकारचा उत्कृष्ट पत्रकारितेचा ''राजमाता जिजाऊ स्वावलंबन पुरस्कार'' २०१५

पत्ता : 'मातोश्री निवास', मु. तरडोली, पो. मोरगाव, ता. बारामती, जि. पुणे

Mobile: 9881098052, E-mail : bhapkar.sangita@gmail.com

www.ingramcontent.com/pod-product-compliance
Lightning Source LLC
LaVergne TN
LVHW062118171026
850499LV00045B/1955
9789384316297